New Approaches to Learning Chinese

新编基础汉语

Intensive Spoken Chinese

口语速成

北京语言文化大学

张朋朋　著

口

语

篇

华语教学出版社

SINOLINGUA

First Edition 2001
Second Printing 2002

ISBN 7-80052-577-5

Published by Sinolingua
24 Baiwanzhuang Road, Beijing 100037, China
Tel: (86) 10-68995871 / 68326333
Fax: (86) 10-68326333
E-mail: hyjx@263.net
Printed by Beijing Foreign Languages Printing House
Distributed by China International
Book Trading Corporation
35 Chegongzhuang Xilu, P.O. Box 399
Beijing 100044, China

Printed in the People's Republic of China

目 录

CONTENTS

前 言

对于外国人来说，学习和掌握汉语和汉字并不是一件非常困难的事情。过去，人们之所以不这样认为，主要是和教授这种语言和文字的方法不当有关。

过去，教授汉语和汉字一般是采用“语文一体”的方法，即“口语”和“文字”的教学同步进行。这种方法和教授英、法语等使用拼音文字的语言是一样的。本人认为：“语文一体”的方法对于教授拼音文字的语言是合理和有效的，但用于教授汉语、汉字是不合适的，这是使外国人对学习汉语产生畏难情绪的主要原因。

一、汉字不是拼音文字。汉字是一种从象形文字发展而来的表意文字。汉字的形体不表示汉语的语音。因此，如果采用“语文一体”的方法，口语的内容用汉字来书写，将不利于学习者学习口语的发音，使汉字成为了他们学习口语的“绊脚石”。

二、汉字的字形是一个以一定数量的构件按照一定的规则进行组合的系统。因此，教学上，应先教这一定数量的构件及组合规则，然后再教由这些构件所组合的汉字。可是，“语文一体”的教法必然形成“文从语”的教学体系。也就是说，学什么话，教什么字。这种教法，汉字出现的顺序杂乱无章，体现不出汉字字形教学的系统性和规律性，从而大大增加了汉字教学的难度。

三、汉字具有构词性，有限的汉字构成了无限的词。“词”是由“字”构成的，知道了字音可以读出词音，知道了字义便于理解词义，“字”学的越多，会念的“词”就越多，学习“词”就越容易。也就是说，“识字量”决定了“识词量”。因此，汉语书面阅读教学应该以汉字作为教学的基本单位，应该把提高学习者的“识字量”作为教学的主要目标。“文从语”的做法恰恰是不可能做到这一点。因为，教材的编写从口语教学的要求和原则来考虑，自然要以“词”作为教学的基本单位。由于口语中能独立运用的最小的造句单位是“词”，所以在教“中国”一词时，必然只介绍“China”这一词义，而不会介绍“中”和“国”两个字的字义。中国语文教学历来是以“识字量”作为衡量一个人书面阅读能力强弱的标准，而“语文一体”这种教法等于是取消了汉字教学，从而大大影响了汉语书面阅读教学的效率。

综上所述，如果根据汉语和汉字的特点来对外国人进行基础汉语教学的话，在总体设计上就不应采用“语文一体”的模式，我认为应该遵循以下几个原则来设计：

● 教学初期把“语”和“文”分开。

实现的方式是：口语教学主要借助汉语拼音来进行，对汉字不做要求。这样，使汉字不成其为“绊脚石”，使口语教学将变得极为容易。汉字教学另编教材，先进行汉字的字形教学，教材的内容从基本笔画入手，以部首为纲，以构件组合为核心。汉字字形教学和口语教学并行，这样，既有利于口语教学，又使汉字的字形教学具有了系统性和规律性。系统而有规律地进行汉字教学不仅可以大大降低学习的难度，而且从一开始就给了学习者一把开启神秘汉字大门的钥匙，这对他们是受益无穷的。

● 先进行口语教学和汉字字形教学，后进行识字阅读教学。

也就是说，对汉字的认读教学不要在初期阶段进行，而应安排在进行了一段口语和在结束了汉字字形教学之后。因为，具有了口语能力和书写汉字的技能对识字教学有促进作用，从而可以使学习者较为轻松地跨越“识字”这第二道“门槛”。

● 阅读教学应以识字教学打头，采用独特的识字教学法。

“识字教学”和“写字教学”一样也是汉语教学中所独有的教学环节，应该根据汉字的特点编写适合外国人使用的识字课本。识字课本应以“字”作为教学的基本单位，以“以字组词”为核心，以快速提高学生的识字量和阅读能力为教学目标。

● 识字教学要和口语教学、阅读教学相结合。

具体做法是用所识的字和词编写口语对话体课文和叙述体散文作为这一阶段教材的内容。这一阶段的教学从程序上是一环扣一环的，从练习方式上是一种有听、有说、有读、有写的综合式教学。

上述总体设计图示：

第一阶段	第二阶段
口语课（学习并使用汉语拼音）	综合课：识字教学（集中识字） 口语教学（使用汉字） 阅读教学（散文小品） 写字教学（书写字句）
写字课（学习汉字的基本构件）	

根据上述原则，本人编写了一套基础汉语教程。本教程包括三本教材：
一是口语篇，书名是《口语速成》。此书用于口语课。
二是写字篇，书名是《常用汉字部首》。此书用于写字课。
三是识字篇，书名是《集中识字》。此书用于综合课。

使用这套教材，初学者先学习《口语速成》和《常用汉字部首》，学完之后再学习《识字课本》，就像吃西餐一样，一道菜一道菜来，循序渐进。这样，学习者不仅不会觉得汉语难学，而且还会被汉字的文化内涵和艺术魅力所深深吸引。

张朋朋

Introduction

The Chinese language has for too long been perceived as being beyond the grasp of the foreign learner. This misconception has been caused, unfortunately, for the most part by an improper teaching approach.

For several decades the spoken and written forms of Chinese have been taught simultaneously to beginners. There is nothing wrong with this approach in teaching Western languages like French or English that employ a phonetic system or alphabet as an aid to learning pronunciation, but it is certainly not the best method for teaching the Chinese spoken language and Chinese characters. The reasons for this are threefold:

1. Chinese characters cannot be read phonetically. Chinese characters developed from pictographs into ideographs. This means that there is no direct relationship between the form and structure of Chinese characters and their pronunciation. So the hotchpotch teaching of both the spoken language and Chinese characters at the beginning stage will not help foreign learners master pronunciation, and the characters will, if anything, only be a stumbling block to their acquisition of oral fluency.

2. Each Chinese character is made up of components that follow a specific stroke order and rules of formation. So it is logical that the simple component be taught first, progressing to the more complicated component and whole characters. But in the approach of teaching speaking and writing simultaneously, whatever is learnt in the spoken language will be followed by a corresponding written character. Obviously, in this approach the characters are not chosen systematically according to their structural compositions, and so the rules that govern the writing of Chinese characters are not reflected, making the teaching and learning of characters only more chaotic and difficult.

3. Chinese characters should form the basis of courses in reading texts. Single syllable characters can be combined to make various disyllabic or multi-syllabic words. There are unlimited combinations that can be made by adding characters to change or expand meanings. If you know how to pronounce some characters, it follows that you will be able to read the word they form. Knowing the meaning of certain characters will help you understand the meaning of the word they make. As you learn more characters, your ability to recognize more words increases. Learning words thus becomes easier. Since character recognition determines word recognition, the main objective in teaching Chinese characters should be to raise the learner's level of character recognition.

However, this is not possible with the "writing following speaking" approach. When teaching colloquial Chinese we naturally use words instead of characters as the basis of teaching because the word is the smallest unit in making a sentence. When teaching the word 中国 for example, we will invariably explain its meaning with the English "China", but the two characters that make up the word 中 "middle" and 国 "kingdom" are not explained. Traditional Chinese language teaching has always used "character recognition" as the criterion in judging a learner's ability to read texts. The "writing following speaking" approach simply disregards the necessity of teaching the characters on their own and does not give the characters the place they deserve, thus greatly reducing the efficiency of teaching Chinese reading.

Our new approach may be summarized as follows:

- In the initial stages of learning, "spoken Chinese" and "character recognition and writing" should be taught separately.
- Teaching materials for oral class use mainly a system of romanization called *Hanyu pinyin*. The students are not required to deal with the characters. There are obvious reasons for this. Learning to speak Chinese becomes a lot easier using a phonetic system of romanization.
- While teaching spoken Chinese we start to introduce systematically the form of Chinese characters: the strokes, radicals (radicals are the basic components of Chinese characters), and the structural components. These "stumbling blocks" become much more friendly in this way, and the students are given a key to the secret of Chinese characters which will help them greatly in their later reading stage.
- Then proceed to the reading stage by learning to read characters. Only when the learner is able to speak and has learned the form and structure of characters can we begin to teach him how to read. Texts should be specially designed, focusing on character recognition and word formations, with the aim of quickly enlarging vocabulary and acquiring reading ability.
- In the reading stage character learning should be combined with continuous spoken language training and reading aptitude training. The texts should be put in the form of dialogues and narrative prose pieces written with the characters learned in each lesson, so they are very short, and easy to read and remember. The exercises should include comprehensive forms of listening, speaking, reading and writing that are closely linked and complementary to each other.

What is discussed above can be illustrated as below:

Initial stage	Second stage
Oral Course Learn to use *pinyin* **Writing Course** Learn the basic structural components of characters	**Comprehensive Course** Character learning: intensive training Oral training: application of characters Reading: prose, etc. Writing: characters and sentences

Based on the above design and consideration, *New Approaches to Learning Chinese* has been devised, which includes three textbooks:

Intensive Spoken Chinese (oral course)

Includes 40 conversational lessons, about 1, 000 commonly used words and numerous grammatical notes.

The Most Common Chinese Radicals (writing course)

Contains about 100 Chinese radicals and the basic structure of Chinese characters.

Rapid Literacy in Chinese (comprehensive course)

Uses 750 commonly used Chinese characters and 1300 words formed from them to make 25 short sentences, 25 conversational dialogues and four narrative prose pieces.

Beginners who have completed *Intensive Spoken Chinese* and *The Most Common Chinese Radicals* can proceed to *Rapid Literacy in Chinese*. So by going step by step they will feel that learning Chinese is not difficult at all. Furthermore, there is much that can be learned about Chinese culture from Chinese characters, besides their alluring charm and fascination.

Zhang Pengpeng

编写体例

作为汉语初级口语教材,本书有以下几个特点:

一、语料(课文、句型和词汇)都用汉语拼音来书写,而且汉语拼音字体大,突出醒目。其目的是:让学习者在学习汉语的初期借助拼音来学习口语。教材中虽在拼音下面附有汉字,但并不要求学生掌握。

二、课文从内容上来讲,一课围绕一个话题来展开,突出了语言的交际功能;在语法点的安排上又照顾到语法教学由浅入深,由简单到复杂的系统性。本书力图把语言的功能教学和语法教学有机地结合起来。

三、在练习上,主要是采用句型加词语替换的方式。因为这是口语教学中多年行之有效的操练方法。为了使句型结构清晰醒目,本书采用了字母公式表示法,这也可以说是本书的一个特色。

四、在词汇方面,本书把某一个话题所需要的词汇尽可能充分地给出来,以满足学习者交际的需要。如:购买水果的话题,在句型替换部分把大部分的水果名称都给了出来。这样,本书又很像是一本十分有用的,容易查找的分类词汇小词典。

五、在插图设计上,本书尽可能给学习者提供一些与课文和词汇有关的真实而有用的图片,使插图达到为教学,为学习者服务的目的。

全书共分 40 个话题,涉及到日常生活交际的各个方面。词语 1000 多个,基本上是常用词。语法注释 80 多条,包括了汉语中最基本的语法点。本书正课文配有标准普通话录音磁带。

To the User

This spoken Chinese course for beginners has the following special features:

1. The texts, sentence patterns and vocabulary are all given in *pinyin* spelling. This is to make it easier for students to learn spoken Chinese using a romanized spelling which is easy to master. Although the corresponding Chinese characters are also provided under the *pinyin* version of the words, the student is not required to master them at this stage.

2. Each text centers on a topic useful for daily communication. This functional approach is reinforced with carefully tailored grammatical explanations which proceed systematically from the simple to the more difficult and complex language points.

3. Incorporated in the exercises are time-honored oral training methods: sentence pattern and substitution drills. The patterns are laid out in a format which makes them clear and easy to remember. This is a unique feature of this book.

4. A large amount of vocabulary items is provided side by side with the words in the substitution drills to meet the communication needs of different situations. For example, most types of fruit are listed in the lesson about how to buy fruit. Thus, this textbook can also serve as a small handy dictionary in which words are categorized by subject.

5. There are illustrations in each lesson closely related to the topics under discussion to facilitate both teaching and learning.

In sum, included in this book are 40 topics, covering virtually almost all aspects of daily communication, together with more than 1,000 commonly used words, and 80 essential aspects of Chinese grammar. All the texts are recorded into aural cassettes.

ABBREVIATIONS
缩 写 词

Vocabulary　　词类部分

adj	adjective	形容词
adv	adverb	副词
conj	conjunction	连词
inter	interjection	感叹词
m	measure word	量词
n	noun	名词
part	particle	助词
prep	preposition	介词
pro	pronoun	代词
v	verb	动词

Syntax　　句法部分

S	subject	主语
V	verb	动词
O	object	宾语
T	adverbial of time	时间状语
P	preposition	介词

Phonetics, Hello 语音 你好 1

The Chinese Phonetic Alphabet 汉语拼音

学习汉语的语音可以借助不同的拼音系统。我们所教授的汉语拼音方案是中国政府于20世纪50年代末制订的，在中国已经使用40多年了。

There have been many different systems of transcription used for learning to pronounce Chinese. Today the official transcription accepted on an international basis is the PINYIN alphabet developed in China at the end of the 1950's.

Initials 声母

汉语的音节是由声母和韵母两部分拼合而成的。音节开头的是声母,后边的是韵母。

A syllable in Chinese is composed of an initial, which is a consonant that begins the syllable, and a final, which covers the rest of the syllable.

b	p	m	f
d	t	n	l
g	k	h	
j	q	x	
z	c	s	
zh	ch	sh	r

- m, f, n, l, h and sh are pronounced as in English.
- d like "d" in "bed" (unaspirated)
  j like "g" in "genius" (unaspirated)
  z like "ds" in "beds"
  zh like "j" in "a job"
  b like "p" in "spin" (unaspirated)
  g a soft unaspirated "k" sound
  x like "sh" in "sheep" but with the corners of the lips drawn back
  r somewhat like "r" in "rain"
- Particular attention should be paid to the pronunciation of the so-called "aspirated" consonants. It is necessary to breath heavily after the consonant is pronounced.

  p [pʻ] like "p" in "pop"
  t [tʻ] like "t" in "tap"
  k [kʻ] like "k" in "kangaroo"
  q [tɕʻ] harder than "ch" in "cheap"
  c [tsʻ] like "ts" in "cats", with aspiration
  ch [tʂʻ] (tongue curled back, aspirated)
- Distinction between certain initials:

  b/p d/t g/k j/q z/c zh/ch

Finals 韵母

现代汉语，除了上面的 21 个声母以外，还有 38 个韵母。

In modern Chinese, there are 38 finals besides the above-represented 21 initials.

	i	u	ü
ɑ	iɑ	uɑ	
o		uo	üe
e	ie		
er			
ɑi		uɑi	
ei		uei（ui）	
ɑo	iɑo		
ou	iou（iu）		
ɑn	iɑn	uɑn	üɑn
en	in	uen（un）	üen
ɑng	iɑng	uɑng	
eng	ing	ueng	
ong	iong		

- ie like "ye" in "yes"
- e like "e" in "her"
- er like "er" in "sister"（American pronunciation）
- ɑi like "y" in "by"（light）
- ei like "ay" in "bay"
- ou like "o" in "go"
- ɑn like "an" in "can"（without stressing the "n"）
- -ng (final) a nasalized sound like the "ng" in "bang" without pronouncing the "g"
- uei, uen and iou when preceded by an initial, are written as ui, un and iu respectively.

Tones 声调

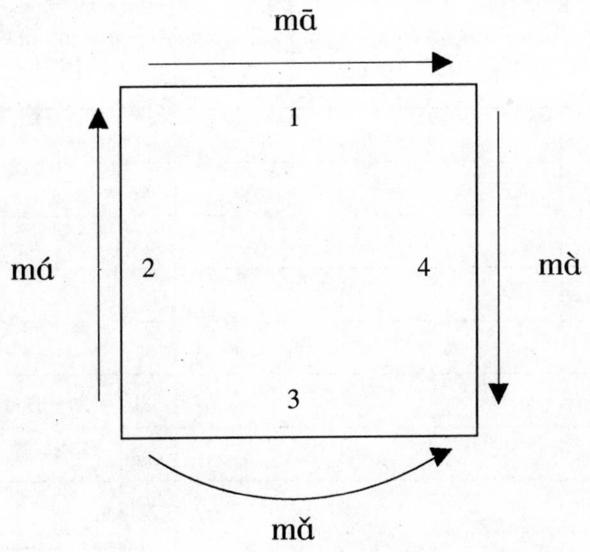

mā　má　mǎ　mà

1　2　3　4

Tone drills 声调练习

nī　ní　nǐ　nì

hāo　háo　hǎo　hào

zāi　zái　zǎi　zài

jiān　jián　jiǎn　jiàn

汉语是有声调语言。声调有区别意义的作用，相同的音节，声调不同意义也不同。北京语音有四个声调，即第一声、第二声、第三声、第四声，分别用不同符号来表示。

Chinese is a language with different tones that are capable of differenciating meanings. A syllable, when pronounced in a different tone, has a different eaning even if it is composed of the same initial and final. In Beijing dialect there are four basic tones, 1st tone, 2nd tone, 3rd tone and 4th tone, represented by different tone-graphs respectively.

Tone changes 变调

Nǐ hǎo = Ní hǎo

两个三声连在一起时，前一个音节读第二声，调号不变，如：

A 3rd tone, when immediately followed by another 3rd tone, should be pronounced in the 2nd tone.

Conversation 会话练习

◆ Nǐ hǎo!

你 好!

◇ Nǐ hǎo!

你 好!

*　　*　　*

◆ Zàijiàn!

再 见!

◇ Zàijiàn!

再 见!

nǐ	pro	*you*
hǎo	adj	*good, well*
Nǐ hǎo!		*How are you?*
zài	adv	*again*
jiàn	v	*see*
Zàijiàn!		*Goodbye!*

Rules of phonetic spelling 拼写规则

1	zi	ci	si		=	z	c	s	
2	zhi	chi	shi	ri	=	zh	ch	sh	r
3	ju	jue	juan	jun	=	jü	jüe	jüan	jün
	qu	que	quan	qun	=	qü	qüe	qüan	qün
	xu	xue	xuan	xun	=	xü	xüe	xüan	xün
4	yu	yue	yuan	yun	=	ü	üe	üan	ün
5	ya	ye	yao	you	=	ia	ie	iao	iou
	yan	yin	ying	yang	=	ian	in	ing	iang
	yong				=	iong			
6	wu	wa	wo	wai	=	u	ua	uo	uai
	wei	wan	wen	wang	=	uei	uan	uen	uang
	weng				=	ueng			

Sound discrimination 辨音练习

1	bo	po	ba	pa	bi	pi
2	de	te	da	ta	di	ti
3	ge	ke	ga	ka	gu	ku
4	ji	qi	jia	qia	jiu	qiu
5	zi	ci	za	ca	ze	ce
6	zhi	chi	zha	cha	zhe	che
7	yin	ying	lin	ling	jin	jing
8	yan	yang	gan	gang	kan	kang
9	gen	geng	men	meng	fen	feng

Tone drills 声调练习

bā	bá	bǎ	bà	bū	bú	bǔ	bù
kē	ké	kě	kè	qī	qí	qǐ	qì
xiē	xié	xiě	xiè	mēi	méi	měi	mèi
guān	guán	guǎn	guàn	xī	xí	xǐ	xì
duī	duí	duǐ	duì	mīng	míng	mǐng	mìng
tiān	tián	tiǎn	tiàn	yī	yí	yǐ	yì
huī	huí	huǐ	huì	xiū	xiú	xiǔ	xiù

Neutral tone 轻声

汉语中有一些音节读得又轻又短，叫轻声。轻声不标调号。如：
In Chinese there are a number of syllables which are unstressed and take a feeble tone. This is known as the neutral tone which is shown by the absence of a tone-graph.

māma	*mum*	àiren	*husband or wife*
bàba	*dad*	háizi	*child, children*
gēge	*elder brother*	guānxi	*relation*
dìdi	*younger brother*	xièxie	*thank*
jiějie	*elder sister*	kèqi	*polite*
mèimei	*younger sister*	xiūxi	*have a rest*

Retroflex final 儿化韵

韵母 er 有时跟其他韵母结合成儿化韵，其拼写法是在原韵母之后加“r”。如：
The final “er” is sometimes attached to another final to form a retroflex final and when thus used, it is no longer an independent syllable. A retroflex final is represented by the letter “r” added to the final.

hui + er → huir　　yíhuìr
dian + er → dianr　　yìdiǎnr
na + er → nar　　nǎr　　nàr
zhe + er → zher　　zhèr

Conversation 会话练习

◆ Duì bù qǐ !

对 不 起 !

◇ Méi guānxi !

没 关系!

* * *

◆ Xièxie !

谢谢!

◇ Bú kèqi !

不 客气!

* * *

◆ Míngtiān jiàn !

明天 见!

◇ Míngtiān jiàn !

明天 见!

* * *

◆ Xiūxi yíhuìr !

休息 一会儿!

◇ Hǎo ba.

好 吧。

Duì bù qǐ !		*I am sorry!*
méi	adv	*not*
guānxi	n	*relation*
Méi guānxi !		*That's all right.*
Xièxie		*Thank you!*
bù	adv	*not*
kèqi	adj	*polite*
Bú kèqi!		*You're welcome!*
míngtiān	n	*tomorrow*
jiàn	v	*see*
Míngtiān jiàn!		*See you tomorrow!*
xiūxi	v	*have a rest*
yíhuìr	n	*a moment*
Xiūxi yíhuìr!		*Have a rest!*
hǎo	adj	*good*
Hǎo ba.		*All right!*

Disyllables 双音节

1	fāyīn *pronunciation*	fēijī *plane*	jīntiān *today*
	Zhōngguó *China*	Yīngguó *England*	jīnnián *this year*
	Yīngyǔ *English*	zhōngwǔ *noon*	shūfǎ *calligraphy*
	yīyuàn *hospital*	shāngdiàn *shop*	shūdiàn *bookshop*
	gēge *brother*	tāde *his*	dōngxi *thing*
2	tóngwū *roommate*	míngtiān *tomorrow*	pángbiān *side*
	tóngxué *classmate*	Chángchéng *the Great Wall*	huídá *answer*
	liángshuǐ *cold water*	cháguǎn *tea house*	chuántǒng *tradition*
	tóngshì *colleague*	nánkàn *ugly*	tóngzhì *comrade*
	shénme *what*	míngzi *name*	péngyou *friend*
3	Běijīng *Beijing*	lǎoshī *teacher*	xǐhuān *like*
	Měiguó *U. S. A.*	Fǎguó *France*	xiǎoxué *primary school*
	kěyǐ *possible*	Fǎyǔ *French*	guǎngchǎng *square*
	wǎnfàn *dinner*	fǎngwèn *visit*	mǐfàn *cooked rice*
	jiějie *elder sister*	wǒde *my, mine*	wǎnshang *evening*
4	dàjiā *everyone*	shàngbān *go to work*	xiàbān *get off work*
	dàxué *university*	qùnián *last year*	wèntí *question*
	Shànghǎi *Shanghai*	Rìběn *Japan*	Hànyǔ *the Chinese language*
	hànzì *Chinese character*	zàijiàn *goodbye*	diànhuà *telephone*
	bàba *father*	mèimei *younger sister*	dìdi *younger brother*

Numerals 数字

汉语使用“十进位制”来称数。

In Chinese, the decimal system is used for numeration.

1	yī	
2	èr	
3	sān	
4	sì	
5	wǔ	
6	liù	
7	qī	
8	bā	
9	jiǔ	
10	shí	
11	shíyī	10 + 1
12	shí’èr	10 + 2
13	shísān	10 + 3
14	shísì	10 + 4
15	shíwǔ	10 + 5
16	shíliù	10 + 6
17	shíqī	10 + 7
18	shíbā	10 + 8
19	shíjiǔ	10 + 9
20	èrshí	2 × 10

21	èrshíyī	2 × 10 + 1
22	èrshí’èr	2 × 10 + 2
23	èrshísān	2 × 10 + 3
29	èrshíjiǔ	2 × 10 + 9
30	sānshí	3 × 10
40	sìshí	4 × 10
50	wǔshí	5 × 10
60	liùshí	6 × 10
70	qīshí	7 × 10
80	bāshí	8 × 10
90	jiǔshí	9 × 10
99	jiǔshíjiǔ	9 × 10 + 9
100	yìbǎi	
101	yìbǎilíngyī	
111	yìbǎiyīshíyī	
112	yìbǎiyīshí’èr	
120	yìbǎi’èrshí	
199	yìbǎijiǔshíjiǔ	
200	èrbǎi	
0	líng	

Surname, First Name 姓名 4

◆ Nín guì xìng?
您 贵 姓?

◇ Wǒ xìng Zhāng.
我 姓 张。

◆ Nǐ jiào shénme míngzi?
你 叫 什么 名字?

◇ Wǒ jiào Zhāng Jīngshēng.
我 叫 张 京生。

◆ Tā xìng shénme?
他 姓 什么?

◇ Tā xìng Wáng.
他 姓 王。

◆ Tā shì shéi?
他 是 谁?

◇ Tā shì wǒ de lǎoshī.
他 是 我 的 老师。

◆ Nǐ rènshi tā ma?
你 认识 他 吗?

◇ Rènshi, tā shì Zhāng lǎoshī de xuésheng.
认识, 他 是 张 老师 的 学生。

◆ Nǐ de péngyou jiào shénme míngzi?
你 的 朋友 叫 什么 名字?

◇ Tā xìng Lǐ, jiào Lǐ Dàhǎi.
他 姓 李, 叫 李 大海。

Lǐ shì tā de xìng, hǎi shì Shànghǎi de hǎi.
李 是 他 的 姓, 海 是 上海 的 海。

nín	pro	*you (respectful)*
guì	adj	*honour*
xìng	n	*surname*
	v	*be surnamed*
wǒ	pro	*I, me*
Zhāng	n	*(a surname)*
nǐ	pro	*you*
jiào	v	*call*
shénme	pro	*what*
míngzi	n	*name*
Jīngshēng	n	*(a first name)*
tā	pro	*he, she*
Wáng	n	*(a surname)*
shì	v	*be*
shéi	pro	*who*
de	part	*(a structural particle)*
wǒde		*my*
lǎoshī	n	*teacher*
rènshi	v	*know*
xuésheng	n	*student*
ma	part	*(a modal particle)*
péngyou	n	*friend*
Lǐ	n	*(a surname)*
Dàhǎi	n	*(a first name)*
tāde	n	*his, her*
hǎi	n	*sea*
Shànghǎi	n	*Shanghai*

Substitution Drills 句型练习

1 S V O

◆ Nín guì xìng?

您 贵 姓?

◇ Wǒ xìng Zhāng.

我 姓 张。

Wáng	n	*(a surname)*
Zhāng	n	*(a surname)*
Lǐ	n	*(a surname)*
Mǎ	n	*(a surname)*
Zhào	n	*(a surname)*

2 S V O

◆ Nǐ jiào shénme míngzi?

你 叫 什么 名字?

◇ Wǒ jiào Zhāng Jīngshēng.

我 叫 张 京生。

tā	Dèng Xiǎopíng
nǐ de lǎoshī	Jiāng Zémín
nǐ de tóngxué	Lǐ Péng
tā de péngyou	Zhāng Yìmóu
tā de mèimei	Gǒng Lì

3 S V O

◆ Tā xìng shénme?

他 姓 什么?

◇ Tā xìng Wáng.

他 姓 王。

nǐ	Wáng
nǐ de péngyou	Zhāng
nǐ de àiren	Lǐ
tā de dìdi	Liú
tā de lǎoshī	Mǎ

4 S V O

◆ Tā shì shéi?

他 是 谁?

◇ Tā shì wǒ de lǎoshī.

他 是 我的 老师。

wǒ de péngyou
wǒ de àirén – wife/husband
wǒ de dìdi
tā de lǎoshī
tā de gēge

5 S V O

◆ Tā shì shéi de xuésheng?

他 是 谁 的 学生?

◇ Tā shì Zhāng lǎoshī de xuésheng.

他 是 [张 老师 的 学生]。

> wǒ de péngyou de bàba
> zhāng lǎoshī de àirén
> wǒ de tóngxué de gēge
> tā dìdi de tóngxué
> wǒ háizi de péngyou

6 S V O

◆ Shéi shì nǐ de lǎoshī?

谁 是 [你 的 老师]?

◇ Tā shì wǒ de lǎoshī.

他 是 [我 的 老师]。

> tā de àiren
> tā de háizi
> wǒ de péngyou
> wǒ de tóngxué
> wǒ de tóngshì

Grammar 语法

● S V O

他 是 谁?
他 是 我的老师。

用疑问代词的疑问句,其词序跟陈述句一样。如:
A question with an interrogative pronoun has the same word order as that of a declarative sentence, e. g.

● S V O 吗?

你 认识 他 吗?
他 是 老师 吗?

在陈述句句尾加语气助词"吗",就成了疑问句。如:
When the interrogative particle 吗 is added at the end of a declarative sentence, it becomes a question, e. g.

● N 的 N

我 的 老师
老师 的 学生

名词或代词作定语表示领属关系,后面一般都要用结构助词"的"。如:
When used attributively to show possession, a noun usually takes the structural particle 的 after it, e. g.

◆ Xiānsheng, nín qù nǎ gè guójiā ?
先生， 您 去 哪 个 国家?

◇ Wǒ qù Zhōngguó.
我 去 中国。

◆ Nín shì Zhōngguórén ma ?
您 是 中国人 吗?

◇ Shìde, wǒ shì Zhōngguórén.
是的， 我 是 中国人。

Xiǎojiě, nǐ shì nǎ guó rén ?
小姐， 你 是 哪 国 人?

◆ Wǒ shì Měiguórén.
我 是 美国人。

◇ Tāmen yě shì Měiguórén ma ?
他们 也 是 美国人 吗?

◆ Bù, tāmen bú shì Měiguórén.
不， 他们 不 是 美国人。

Tāmen dōu shì Yīngguórén.
他们 都 是 英国人。

◇ Nǐ qù guo Zhōngguó ma ?
你 去 过 中国 吗?

◆ Wǒ méi qù guo Zhōngguó.
我 没 去 过 中国。

◇ Nǐ xiǎng qù Zhōngguó ma ?
你 想 去 中国 吗?

◆ Wǒ hěn xiǎng qù Zhōngguó.
我 很 想 去 中国。

xiānsheng	n	*Mr.*
qù	v	*go*
nǎ	pro	*which*
gè	m	*(a measure word)*
guójiā	n	*country*
Zhōngguó	n	*China*
rén	n	*person*
Zhōngguórén	n	*the Chinese*
ma	part	*(a modal particle)*
shìde		*yes, all right*
xiǎojiě	n	*Miss*
guó	n	*country*
Měi guó	n	*U. S. A.*
Měi guórén	n	*American*
men		*(a suffix)*
tāmen	pro	*they*
yě	adv	*also, too*
bù	adv	*no, not*
dōu	adv	*all*
Yīngguó	n	*Britain*
Yīngguórén	n	*the British*
guo	part	*(a verbal particle)*
méi	adv	*no, not*
xiǎng	v	*want to, think*
hěn	adv	*very*

Substitution Drills 句型练习

1 S V O

◆ Nín qù nǎ gè guójiā?

您 去 哪个 国家？

◇ Wǒ qù Zhōngguó.

我 去 中国。

Fǎguó	n	*France*
Déguó	n	*Germany*
Jiānádà	n	*Canada*
Yìdàlì	n	*Italy*
Rìběn	n	*Japan*

2 S V O

◆ Nín shì Zhōngguórén ma?

您 是 中国人 吗？

◇ Wǒ (bú) shì Zhōngguórén.

我 不 是 中国人。

Fǎguórén	n	*the French*
Déguórén	n	*the German*
Jiānádàrén	n	*the Canadian*
Yìdàlìrén	n	*the Italian*
Rìběnrén	n	*the Japanese*

3 S V O

◆ Nǐ shì nǎ guó rén?

你 是 哪 国 人？

◇ Wǒ shì Měiguórén.

我 是 美国人。

nǐ	pro	*you*
wǒ	pro	*I, me*
nǐmen	pro	*you (plural)*
wǒmen	pro	*we*
tā	pro	*he, she*
tāmen	pro	*they*

4 S adv V O

◆ Tāmen yě shì Měiguórén ma?

他们 也 是 美国人 吗？

◇ Tāmen yě shì Měiguórén.

他们 也 是 美国人。

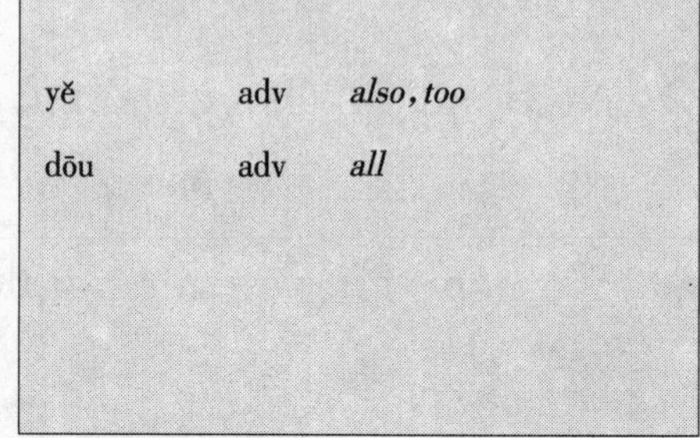

yě	adv	*also, too*
dōu	adv	*all*

5 S V过 O

◆ Nǐ qù guo Zhōngguó ma ?

你 去 过 中国 吗？

◇ Wǒ méi qù guo Zhōngguó.

我 （没）去 过 中国。

Hánguó	n	*Korea*
Yìndù	n	*India*
Yìnní	n	*Indonesia*
Tàiguó	n	*Thailand*
Éluósī	n	*Russia*

6 S adv V V O

◆ Nǐ xiǎng qù Zhōngguó ma ?

你 想 去 中国 吗？

◇ Wǒ hěn xiǎng qù Zhōngguó.

我 很 想 去 中国。

Ōuzhōu	n	*Europe*
Fēizhōu	n	*Africa*
Yàzhōu	n	*Asia*
Běiměizhōu	n	*North America*
Nánměizhōu	n	*South America*

Grammar 语法

● S 没 V过 O

我 去过 美国。 - Měiguó

我 没 去过 美国。

动态助词“过”放在动词后，说明某种动作曾在过去发生，有过某种经历。否定用“没 V 过”。

The verbal particle 过 which occurs immediately after a verb denotes that some actions took place in the past. It is often used to emphasize an experience. The negative form of 过 is 没 V 过 .

● S adj V O

我 也 是 中国人。 - Zhōngguó rén

我们 都 是 中国人。

我 不 是 中国人。

副词在动词之前。如：

The adverbs are placed before the verb, e. g.

● S V V O

你 想 去 中国 吗？

我 很想 去 中国。 Zhōngguó

“想”是能愿动词，能愿动词在动词前。如：

想 is an optative verb. The optative verb is placed before the verb, e. g.

Hēilóngjiāng Shěng
黑龙江省
Jílín Shěng
吉林省
Liáoning Shěng
辽宁省
Nèiměnggǔ Zìzhìqū
内蒙古自治区
Níngxià Huízú Zìzhìqū
宁夏回族自治区
Běijīng Shì
北京市
Tiānjīn Shì
天津市
Xīnjiāng Wéiwú'ěr Zìzhìqū
新疆维吾尔自治区
Gānsù Shěng
甘肃省
Héběi Shěng
河北省
Shānxī Shěng
山西省
Shāndōng Shěng
山东省
Qīnghǎi Shěng
青海省
Shǎnxī Shěng
陕西省
Hénán Shěng
河南省
Jiāngsū Shěng
江苏省
Ānhuī Shěng
安徽省
Shànghǎi Shì
上海市
Xīzàng Zìzhìqū
西藏自治区
Sìchuān Shěng
四川省
Chóngqìng Shì
重庆市
Húběi Shěng
湖北省
Zhèjiāng Shěng
浙江省
Jiāngxī Shěng
江西省
Húnán Shěng
湖南省
Guìzhōu Shěng
贵州省
Fújiàn Shěng
福建省
Táiwān Shěng
台湾省
Yúnnán Shěng
云南省
Guǎngxī Zhuàngzú Zìzhìqū
广西壮族自治区
Guǎngdōng Shěng
广东省
Xiānggǎng Tèbié Xíngzhèngqū
香港特别行政区
Àomén Tèbié Xíngzhèngqū
澳门特别行政区
Hǎinán Shěng
海南省
Taiguo

Zhōngguó zhèngqū 中国政区

the map of China

◆ Zhè shì nǎ gè guójiā ?
这 是 哪 个 国家？

◇ Zhè shì Zhōngguó.
这 是 中国。

◆ Nà shì Táiwān ma ?
那 是 台湾 吗？

◇ Nà bú shì Táiwān, nà shì Hǎinándǎo.
那 不是 台湾， 那 是 海南岛。

◆ Zhè shì Zhōngguó shénme dìfang?
这 是 中国 什么 地方？

◇ Zhè shì Běijīng.
这 是 北京。

◆* Nǐ qù shénme dìfang ?
你 去 什么 地方？

◇ Wǒ qù Shànghǎi. Nǐ qù nǎr ?
我 去 上海。 你 去 哪儿？

◆ Wǒ qù Nánjīng .
我 去 南京。

◇ Nǐ shì shénme dìfang rén ?
你 是 什么 地方 人？

◆ Xiānggǎngrén. Nǐ shì nǎr de rén ?
香港人。 你 是 哪儿 的 人？

◇ Xī'ānrén. Xiānggǎng dà ma?
西安人。 香港 大 吗？

◆ Bú dà, hěn xiǎo, kěshì rén hěn duō.
不 大， 很 小， 可是 人 很 多。

zhè	pro	*this*
nà	pro	*that*
Táiwān	n	*Taiwan*
Hǎinándǎo	n	*Hainan Island*
dìfang	n	*locality, place*
Běijīng	n	*Beijing*
Shànghǎi	n	*Shanghai*
nǎr	pro	*where*
Nánjīng	n	*Nanjing*
Xiānggǎng	n	*Hong Kong*
de	part	*(a structural particle)*
Xī'ān	n	*Xi'an*
dà	adj	*big*
xiǎo	adj	*small*
kěshì	conj	*but*
duō	adj	*many*

Substitution Drills 句型练习

1 S V O

◆ Nà shì Táiwān ma?

那 是 台湾 吗?

◇ Nà bú shì Táiwān.

那 不 是 台湾。

Běijīng	Nánjīng	
Shànghǎi	Wǔhàn	
Tiānjīn	Xīzàng	*Tibet*
Xī'ān	Nèiménggǔ	
Hǎinándǎo	Xīnjiāng	

2 S V O

◆ Zhè shì Zhōngguó shénme dìfang?

这 是 中国 什么 地方?

◇ Zhè shì Běijīng.

这 是 北京。

Tiānjīn	n	*Tianjin*
Dàlián	n	*Dalian*
Qīngdǎo	n	*Qingdao*
Xīnjiāng	n	*Xinjiang*
Nèiménggǔ	n	*Neimenggu*

3 S V O

◆ Nǐ qù shénme dìfang?

你 去 什么 地方?

◇ Wǒ qù Shànghǎi.

我 去 上海。

Bālí	n	*Paris*
Niǔyuē	n	*New York*
Lúndūn	n	*London*
Luómǎ	n	*Rome*
Dōngjīng	n	*Tokyo*

4 S V O

◆ Nǐ qù nǎr?

你 去 哪儿?

◇ Wǒ qù Nánjīng.

我 去 南京。

Dōngběi	n	*the Northeast*
Sìchuān	n	*Sichuan Province*
Guǎngdōng	n	*Guangdong Province*
Shāndōng	n	*Shandong Province*
Héběi	n	*Hebei Province*

5 S V O

◆ Nǐ shì shénme dìfang rén?

你 是 什么 地方 人?

◇ Wǒ shì Xiānggǎngrén.

我 是 香港人。

Běijīngrén	n	
Shànghǎirén	n	
běifāngrén	n	*Northerner*
nánfāngrén	n	*Southerner*
Yàzhōurén	n	*Asian*

6 S V O

◆ Nǐ shì nǎr de rén?

你 是 哪儿 的 人?

◇ Wǒ shì Xī'ān rén.

我 是 西安人。

nǐ de péngyou	nǐ de tóngxué
nǐ de lǎoshī	nǐ de xuésheng
nǐ de tóngwū	tā de tóngshì
tā de dìdi	tā de gēge
tā de bàba	tā de māma

7. S adj

◆ Xiānggǎng dà ma?

香港 大 吗?

◇ Xiānggǎng bú dà, hěn xiǎo.

香港 不大 很 小。

N	adj	
Běijing	xiǎo	
Shànghǎirén	duō	
Xī'ānrén	shǎo	*few*

Grammar 语法

● N N

中国 人
北京 人
上海 人

名词作定语，是说明中心语性质的，一般不用"的"。如：

When a noun is used to modify another noun, it usually doesn't take 的 after it, e. g.

● S adj

香港 不大。
北京 很大。

形容词可以像动词一样，作谓语，不用加动词"是"。如：

When an adjective is used as the predicate, the verb "to be" is not used, e. g.

2001年 1 月 大 星期三 **24**

辛巳年 初 一 正月大

立春：公历2月4日 农历正月十二

今日春节

四九（第八天）

记事：

2001年 2 月 平 星期日 **18**

辛巳年 廿 六 正月大

今日雨水（22时11分）

七九（第六天）

记事：

2002年 2 月 平 星期二 **12**

壬午年 初 一 正月大

雨水：公历2月19日 农历正月初八

今日春节

五九（第九天）

记事：

2002年 11 月 小 星期四 **7**

壬午年 初 三 十月小

今日立冬（22时22分）

记事：

rìlì 日历 calendar

◆ Jīntiān jǐ yuè jǐ hào?
今天 几 月 几 号？

◇ Jīntiān 5 yuè 23 hào.
今天 5 月 23 号。

◆ Míngtiān xīngqī jǐ?
明天 星期 几？

◇ Míngtiān xīngqīliù.
明天 星期六。

◆ 5 yuè 25 hào shì xīngqī jǐ?
5 月 25 号 是 星期 几？

◇ 5 yuè 25 hào shì xīngqītiān.
5 月 25 号 是 星期天。

◆ Zhè gè yuè 8 hào shì xīngqī jǐ?
这 个 月 8 号 是 星期 几？

◇ Zhè gè yuè 8 hào shì xīngqīsì.
这 个 月 8 号 是 星期四。

◆ Xià gè xīngqīsān shì jǐ yuè jǐ hào?
下 个 星期三 是 几 月 几 号？

◇ Xià gè xīngqīsān shì 5 yuè 28 hào.
下 个 星期三 是 5 月 28 号。

◆ Jīnnián shì bú shì 2000 nián?
今年 是 不 是 2000 年？

◇ Jīnnián bú shì 2000 nián, jīnnián shì
今年 不 是 2000 年， 今年 是
2001 nián, qùnián shì 2000 nián.
2001 年， 去年 是 2000 年。

jīntiān	n	*today*
jǐ	pro	*how many*
yuè	n	*month, moon*
hào	n	*number, date*
5 yuè	n	*May*
míngtiān	n	*tomorrow*
xīngqī	n	*week*
xīngqīliù	n	*Saturday*
xīngqītiān	n	*Sunday*
zhè gè yuè	n	*this month*
xīngqīsì	n	*Thursday*
xià gè xīngqī	n	*next week*
xīngqīsān	n	*Wednesday*
jīnnán	n	*this year*
nián	n	*year*
qùnián	n	*last year*

Substitution Drills 句型练习

1 S N

◆ Jīntiān jǐ yuè jǐ hào ?

今天 几 月 几 号？

◇ Jīntiān 5 yuè 23 hào.

今天 [5 月] 23 号。

yīyuè	*January*	qīyuè	*July*
èryuè	*February*	bāyuè	*August*
sānyuè	*March*	jiǔyuè	*September*
sìyuè	*April*	shíyuè	*October*
wǔyuè	*May*	shíyīyuè	*November*
liùyuè	*June*	shíèryuè	*December*

2 S N

◆ Míngtiān xīngqī jǐ ?

[明天] 星期 几？

◇ Míngtiān xīngqīliù.

明天 [星期六]。

zuótiān	*yesterday*	xīngqīyī	*Monday*
qiántiān	*the day before yesterday*	xīngqīèr	*Tuesday*
		xīngqīsān	*Wednesday*
hòutiān	*the day after tomorrow*	xīngqīsì	*Thursday*
		xīngqīwǔ	*Friday*

3 S V O

◆ 5 yuè 25 hào shì xīngqī jǐ ?

[5 月 25 号] 是 星期 几？

◇ 5 yuè 25 hào shì xīngqītiān.

5 月 25 号 是 星期天。

2 yuè	11 hào
3 yuè	12 hào
6 yuè	15 hào
7 yuè	26 hào
9 yuè	30 hào

4 S V O

◆ Zhè gè yuè 8 hào shì xīngqī jǐ ?

[这 个 月] 8 号 是 星期 几？

◇ Zhè gè yuè 8 hào shì xīngqīsì.

这 个 月 8 号 是 星期四。

zhè gè yuè	*this month*
xià gè yuè	*next month*
shàng gè yuè	*last month*

5 S V O

◆ Xià gè xīngqīsān shì jǐ yuè jǐ hào?

下 个 星期三 是 几 月 几 号?

◇ Xià gè xīngqīsān shì 5 yuè 28 hào.

下 个 星期三 是 5 月 28 号。

xià gè xīngqī	*next week*
zhè gè xīngqī	*this week*
shàng gè xīngqī	*last week*

6 S V不V O

◆ Jīnnián shì bú shì 2000 nián?

今年 是 不 是 2000 年?

◇ Jīnnián bú shì 2000 nián.

今年 不 是 2000 年。

jīnnián	*this year*
qùnián	*last year*
qiánnián	*the year before last*
míngnián	*next year*
hòunián	*the year after next*

Grammar 语法

● S N

由名词或名词结构、数量词等直接作谓语的句子叫名词谓语句。这种句子一般不用动词"是"。如:

A sentence in which the main element of the predicate is a noun, a nominal construction or a numeral-measure word is called a sentence with a nominal predicate. The verb 是 is, as a rule, not used in a sentence of this kind, e. g.

今天 5月20号。
明天 星期三。

● S V不V O?

将谓语中的动词或形容词的肯定形式和否定形式并列起来就构成了一种疑问形式。如:

An affirmative-negative question is another form of question which is made by juxtaposing the affirmative and negative forms of the predicative verb or adjective, e. g.

今年 是不是 1999年?
你 去不去 美国?
他 姓不姓 张?
您 叫不叫 张京生?

bàishòu 拜寿 offering birthday felicitations

guò shēngrì 过生日 a birthday celebration

◆ Xiānsheng, nín shì nǎ nián chūshēng de ?
先生， 您 是 哪 年 出生 的？

◇ Wǒ shì 1978 nián chūshēng de.
我 是 1978 年 出生 的。

◆ Nín de shēngrì shì jǐ yuè jǐ hào ?
您 的 生日 是 几 月 几 号？

◇ Wǒ de shēngrì shì 12 yuè 4 hào.
我 的 生日 是 12 月 4 号。

◆ Nín jīnnián duō dà ?
您 今年 多 大？

◇ Wǒ jīnnián 32 suì.
我 今年 32 岁。

◆ Nín shì shénme shíhou dào Běijīng de ?
您 是 什么 时候 到 北京 的？

◇ Wǒ shì 8 yuè 7 hào dào Běijīng de.
我 是 8 月 7 号 到 北京 的。

◆ Nín xiǎng nǎ tiān qù Shànghǎi ?
您 想 哪 天 去 上海？

◇ Wǒ xiǎng xià xīngqīwǔ qù Shànghǎi.
我 想 下 星期五 去 上海。

◆ Nín dǎsuàn shénme shíhou huí guó ?
您 打算 什么 时候 回 国？

◇ Wǒ dǎsuàn míngnián 9 yuè huí guó.
我 打算 明年 9 月 回 国。

Hòunián wǒ hái dǎsuàn lái Zhōngguó.
后年 我 还 打算 来 中国。

chūshēng	v	*birth*
de	part	*(a modal particle)*
shēngrì	n	*birthday*
duōdà	n	*how old*
suì	n	*year (of age)*
shíhou	v	*time, moment*
shénme shíhou		*when*
dào	v	*arrive; up to*
tiān	n	*day*
dǎsuàn	v	*plan, intend*
huí	v	*return*
guó	n	*country*
hái	adv	*also, too*
lái	v	*come to*

Substitution Drills　句型练习

1 S 是 T V 的

◆ Nín shì nǎ nián chūshēng de？

您 是 哪 年 出生 的？

◇ Wǒ shì 1978 nián chūshēng de.

我 是 1978 年 出生 的。

tā	1980
nǐ	1973
nǐ de péngyou	1968
tā de jiějie	1953
nǐ de lǎoshī	1947

2 S V O

◆ Nín de shēngrì shì jǐ yuè jǐ hào？

您 的 生日 是 几 月 几 号？

◇ Wǒ de shēngrì shì 12 yuè 4 hào.

我 的 生日 是 12 月 4 号。

7 yuè	8 hào
9 yuè	7 hào
10 yuè	26 hào
11 yuè	28 hào
12 yuè	30 hào

3 S T N

◆ Nín jīnnián duō dà？

您 今年 多 大？

◇ Wǒ jīnnián 32 suì.

我 今年 32 岁。

nǐ	19 suì
nǐ de tóngxué	26 suì
tā de māma	35 suì
tā de tóngshì	39 suì
Zhāng lǎoshī	50 suì

4 S 是 T V O 的

◆ Nín shì shénme shíhou dào Běijīng de？

您 是 什么 时候 到 北京 的？

◇ Wǒ shì 8 yuè 7 hào dào Běijīng de.

我 是 8 月 7 号 到 北京 的。

1 yuè 6 hào	Shànghǎi
zuótiān	Dàlián
qiántiān	Guǎngzhōu
shàng gè xīngqīsì	Tiānjīn
shàng gè yuè	Xī'ān

5 S V T V O

◆ Nín xiǎng nǎ tiān qù Shànghǎi?

您 想 哪天 去 上海 ?

◇ Wǒ xiǎng xià xīngqīwǔ qù Shànghǎi.

我 想 下 星期五 去 上海。

míngtiān	Xī'ān
hòutiān	Dàlián
zhè gè xīngqīsān	Běijīng
xià gè yuè 3 hào	Guǎngzhōu
5 yuè 4 hào	Tiānjīn

6 S V T V O

◆ Nín dǎsuàn shénme shíhou huí guó?

您 打算 什么 时候 回 国?

◇ Wǒ dǎsuàn míngnián 9 yuè huí guó.

我 打算 明年 9 月 回 国。

hòunián
jīnnián
xià gè yuè
xià gè xīngqī
zhè gè yuè 3 hào

Grammar 语法

● S 是 T V O 的

你 是 哪年 出生 的?
我 是 1976 年 出生 的。
你 是 什么时候 到 北京 的?
我 是 昨天 到 北京 的。

"是……的"结构强调已经发生动作的时间、地点、方式等。"是"在所要强调的部分之前(有时"是"可省略),"的"在动词后或句尾。如:
是 . . . 的 is used in a sentence to emphasize the time, place or manner of an action which took place in the past. 是 is placed before the word group that is emphasized (是 may sometimes be omitted) and 的 comes after the verb or at the end of the sentence, e. g.

● T S V T V O

我 想 明天 去 上海。
我 打算 明年 回 国。
明年我 打算 还来 中国。

时间词作状语可放在主语前或谓语动词前。如:
When an adverbial adjunct denotes the time of an action, it can be put before the subject or verb, e. g.

bā diǎn 八点

bā diǎn guò wǔ fēn 八点过五分

bā diǎn yí kè 八点一刻
bā diǎn shíwǔ 八点十五

bā diǎn bàn 八点半
bā diǎn sānshí 八点三十

bā diǎn sìshíwǔ 八点四十五
chà yí kè jiǔ diǎn 差一刻九点

bā diǎn wǔshíwǔ 八点五十五
chà wǔ fēn jiǔ diǎn 差五分九点

Time, Daily Schedule 钟点 作息时间 9

◆ Xiànzài jǐ diǎn le ?

现在 几 点 了？

◇ Xiànzài chà yí kè 8 diǎn.

现在 差 1 刻 8 点。

◆ Měitiān zǎoshang nǐ jǐ diǎn qǐ chuáng ?

每天 早上 你几 点 起 床？

◇ Wǒ 6 diǎn bàn qǐ chuáng.

我 6 点 半 起 床。

◆ Nǐ shàngwǔ shénme shíhou shàngkè ?

你 上午 什么 时候 上课？

◇ Wǒmen shàngwǔ 8 diǎn kāishǐ shàngkè.

我们 上午 8 点 开始 上课。

◆ Nǐmen jǐ diǎn xiūxi ?

你们 几 点 休息？

◇ Wǒmen 10 diǎn 10 fēn zuǒyòu xiūxi.

我们 10 点 10 分 左右 休息。

◆ Xiūxi de shíhou nǐmen zuò shénme ?

休息 的 时候 你们 做 什么？

◇ Yǒude rén hē kāfēi, yǒude rén xī yān.

有的 人 喝 咖啡， 有的 人 吸 烟。

◆ Zhōngwǔ nǐ jǐ diǎn chī wǔfàn ?

中午 你几 点 吃 午饭？

◇ Yǒushíhou yì diǎn, yǒushíhou liǎng diǎn.

有时候 1 点， 有时候 两 点。

Chī wǔfàn yǐhòu wǒ huí jiā.

吃 午饭 以后 我 回 家。

xiànzài	n	*now*
diǎn	n	*o'clock*
le	part	*(a modal particle)*
chà	v	*be short of*
kè	n	*a quarter*
měi	adj	*every*
měitiān	n	*everyday*
zǎoshang	n	*morning*
qǐchuáng	v	*get out of bed*
bàn	n	*half*
shàngwǔ	n	*forenoon*
shàngkè	v	*attend class*
kāishǐ	v	*begin*
xiūxi	v	*have a rest*
fēn	n	*minute*
zuǒyòu	n	*about, or so*
shíhou	n	*time, moment*
zuò	v	*do*
yǒude		*some*
hē	v	*drink*
kāfēi	n	*coffee*
xīyān	v	*smoke*
chī	v	*eat*
fàn	n	*meal*
wǔfàn	n	*lunch*
yǒushíhou		*sometimes*
liǎng	n	*two*
yǐhòu	n	*after*
jiā	n	*family, home*

Substitution Drills 句型练习

1 S N

◆ Xiànzài jǐ diǎn le ?

现在 几 点 了？

◇ Xiànzài chà yí kè 8 diǎn.

现在 差 1 刻 8 点。

liǎngdiǎn10fēn	2: 10
liǎngdiǎn1kè	2: 15
liǎngdiǎnbàn	2: 30
liǎngdiǎn45	2: 45
chà5fēnzhōngliǎngdiǎn	1: 55

2 T S T V O

◆ Měitiān zǎoshang nǐ jǐ diǎn qǐ chuáng ?

每天 早上 你几点 起 床？

◇ Wǒ 6 diǎn bàn qǐ chuáng.

我 6 点 半 起 床。

7 diǎn 5 fēn	7: 05
7 diǎn 1 kè	7: 15
8 diǎn bàn	8: 30
8 diǎn 50	8: 50
chà 5 fēn 9 diǎn	8: 55

3 S T VO

◆ Nǐ shàngwǔ shénme shíhou shàng kè ?

你 上午 什么 时候 上 课？

◇ Wǒmen shàngwǔ 8 diǎn kāishǐ shàngkè.

我们 上午 8 点 开始 上 课。

zǎoshang	*morning*	8: 00
shàngwǔ	*forenoon*	9: 00
zhōngwǔ	*noon*	1: 00
xiàwǔ	*afternoon*	2: 30
wǎnshang	*evening*	7: 30

4 S T V

◆ Nǐmen jǐ diǎn xiūxi ?

你们 几 点 休息？

◇ Wǒmen 10 diǎnzhōng zuǒyòu xiūxi.

我们 10 点钟 左右 休息。

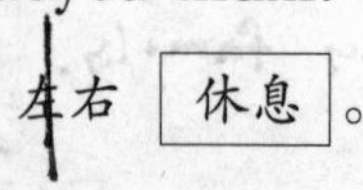

V	N	
shàng	bān	*go to work*
xià	bān	*get off work*
xià	kè	*get out of class*
shuì	jiào	*sleep*
huí	jiā	*go home*

5 T S V O

◆ Xiūxi de shíhou nǐmen zuò shénme？

休息 的 时候 你们 做 什么？

◇ Yǒude rén hē kāfēi，yǒude rén xī yān.

有的 人 喝 咖啡，有的 人 吸 烟。

V	N	
hē	chá	*drink tea*
qù	cèsuǒ	*go to toilet*
dǎ	diànhuà	*make a phone call*
xī	yān	*smoke*

6 T S T V O

◆ Zhōngwǔ nǐ jǐ diǎn chī wǔfàn?

中午 你几 点 吃 午饭？

◇ Wǒ yǒushíhou yì diǎn chī wǔ fàn.

我 有时候 1 点 吃 午饭。

N	N	
zǎoshang	zǎofàn	*breakfast*
zhōngwǔ	wǔfàn	*lunch*
wǎnshang	wǎnfàn	*supper*

7 T S V O

◆ Chī fàn yǐhòu nǐ zuò shénme？

吃饭 以后 你 做 什么？

◇ Chī fàn yǐhòu wǒ huí jiā.

吃 饭 以后 我 回 家。

V	N	
xià	bān	
xià	kè	
huí	jiā	
zuò	fàn	*do the cooking*

Grammar 语法

● V 的 N

休息 的 时候

吃饭 的 时候

动词、动词结构作定语必须加结构助词的“的”。如：

When used attributively，a verb or a verbal construction must take after it the structural partcle 的，e. g.

● 两点

两分钟

两个人

“二”和“两”都表示“2”这个数目，在量词前一般用“两”不用“二”。如：

Both 二 and 两 mean two. When two comes before a measure word，两 is used instread of 二，e. g.

Shǒudū Diànyǐngyuàn
首都　电影院
the Capital Cinema

Xīnhuá Shūdiàn
新华　书店
Xinhua Bookstore

Zhōngguó Yínháng
中国　银行
the Bank of China

Běijīng Fàndiàn
北京　饭店
the Beijing Hotel

◆ Jīntiān shàngwǔ nǐ qù nǎr ?

今天 上午 你 去 哪儿？

◇ Wǒ qù Běijīng Fàndiàn.

我 去 北京 饭店。

◆ Nǐ qù Běijīng Fàndiàn gàn shénme ?

你 去 北京 饭店 干 什么？

◇ Wǒ qù nàr kàn yí gè péngyou.

我 去 那儿 看 一 个 朋友。

◆ Nǐ gēn shéi yìqǐ qù ?

你 跟 谁 一起 去？

◇ Wǒ gēn wǒ de nǚpéngyou yìqǐ qù .

我 跟 我 的 女朋友 一起 去。

◆ Jīntiān xiàwǔ nǐ yǒu kòngr ma？

今天 下午 你 有 空儿 吗？

◇ 3 diǎn yǐqián wǒ méi yǒu kòngr.

三点 以前 我 没 有 空儿。

◆ Xiàwǔ wǒ qù kàn diànyǐng. Nǐ qù bú qù ?

下午 我 去 看 电影。 你 去 不 去？

◇ Qù. Kàn diànyǐng yǐhòu nǐ xiǎng qù nǎr ?

去。 看 电影 以后 你 想 去 哪儿？

◆ Wǒmen yìqǐ qù fànguǎnr chīfàn, hǎo ma ?

我们 一起 去 饭馆儿 吃饭， 好 吗？

◇ Xíng. Xiànzài nǐ shàng nǎr qù ?

行。 现在 你 上 哪儿 去？

◆ Wǒ qù shāngdiàn mǎi dōngxi.

我 去 商店 买 东西。

fàndiàn	n	*hotel*
gàn	v	*do*
nàr	pro	*there*
kàn	v	*look at, see*
gè	m	*(a measure word)*
gēn	prep	*with*
yìqǐ	adv	*together*
nǚpéngyou	n	*girlfriend*
yǒu	v	*have*
kòngr	n	*free time*
yǐqián	n	*before*
méi	adv	*not*
diànyǐng	n	*film*
yǐhòu	n	*after*
fànguǎnr	n	*restaurant*
chī	v	*eat*
fàn	n	*meal*
hǎo	adj	*good*
hǎoma		*Is it OK?*
xíng		*all right*
shàng	v	*go*
shāngdiàn	n	*shop, store*
mǎi	v	*buy*

Substitution Drills 句型练习

1 T S V O

◆ Jīntiān shàngwǔ nǐ qù nǎr?
今天 上午 你 去 哪儿?

◇ Jīntiān shàngwǔ wǒ qù shāngdiàn.
今天 上午 我 去 [商店]。

yínháng	*bank*
shūdiàn	*bookshop*
yóujú	*post office*
kāfēi guǎn	*coffee house*
chá guǎn	*tea house*
diànyǐng yuàn	*cinema*
dàxué	*university*
jiàoshì	*classroom*
yīyuàn	*hospital*

2 S V O V O

◆ Nǐ qù Běijīng fàndiàn gàn shénme?
你 去 [北京 饭店] 干 什么?

◇ Wǒ qù nàr kàn yí gè péngyou.
我 去 那儿 [看 一 个 朋友]。

shāngdiàn	mǎi	dōngxi
kāfēiguǎn	hē	kāfēi
cháguǎn	hē	chá
diànyǐng yuàn	kàn	diànyǐng
fànguǎn	chī	fàn

3 S P O adv V

◆ Nǐ gēn shéi yìqǐ qù?
你 跟 谁 一起 去?

◇ Wǒ gēn wǒ de nǚpéngyou yìqǐ qù.
我 跟 我 的 [女朋友] 一起 去。

nánpéngyou	*boyfriend*
tóngxué	*schoolmate*
tóngshì	*colleague*
àiren	
háizi	

4 T S V O

◆ Jīntiān xiàwǔ nǐ yǒu kòngr ma?
[今天 下午] 你 有 空儿 吗?

◇ 3 diǎn yǐqián wǒ méi yǒu kòngr.
3 点 以前 我 没 有 空儿。

míngtiān zǎoshang
jīntiān wǎnshang
hòutiān zhōngwǔ
míngtiān shàngwǔ
xīngqītiān

5 T S V O

◆ Kàn diànyǐng yǐhòu nǐ qù nǎr?

看 电影 以后 你 去 哪儿?

◇ Kàn diànyǐng yǐhòu wǒ qù shāngdiàn.

看 电影 以后 我 去 商店。

V	O
mǎi	dōngxi yǐhòu (yǐqián)
chī	fàn
xià	bān
shàng	kè
hē	chá

6 S adv V V O, 好吗?

◆ Wǒmen yìqǐ qù chī fàn, hǎo ma?

我们 一起 去 吃饭, 好 吗?

◇ Xíng.

行。

kàn	diànyǐng
mǎi	dōngxi
hē	kāfēi
hē	chá
kàn	lǎoshī

7 S V 不 V O

◆ Nǐ qù bú qù shāngdiàn?

你 去 不 去 商店?

◇ Wǒ bú qù shāngdiàn.

我 不 去 商店。

xī	yān	*smoke*
kàn	diànyǐng	
mǎi	dōngxi	
hē	chá	
chī	fàn	

Grammar 语法

● S P O adv V O

介词"跟"组成的介词结构放在动词前作状语,如:
The prepositional construction 跟 ... is very often used in front of the verb as an adverbial adjunct, e. g.

你 跟 谁 一起 去 商店?
我 跟 朋友 一起 去 商店。

● S adv V O

动词"有"的否定用"没",如:
The negative form of the verb 有 is 没有, e. g.

你 有 空儿 吗?
我 没 有 空儿。

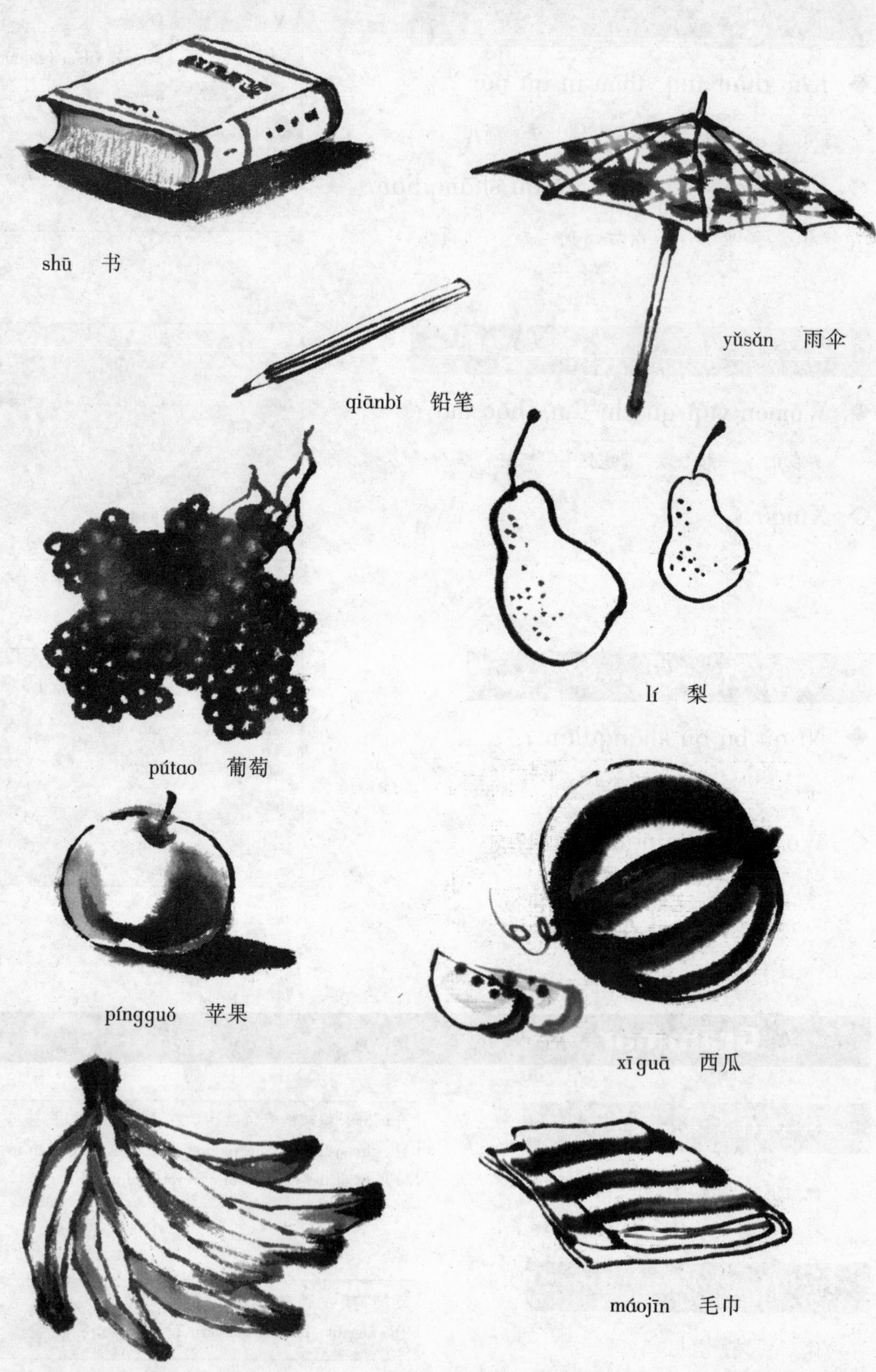
shū 书
yǔsǎn 雨伞
qiānbǐ 铅笔
lí 梨
pútao 葡萄
píngguǒ 苹果
xīguā 西瓜
máojīn 毛巾
xiāngjiāo 香蕉

◆ Zhè shì shénme ?
这 是 什么？

◇ Zhè shì shū. Nà shì shénme dōngxi ?
这 是 书。 那 是 什么 东西？

◆ Nà shì shuǐguǒ.
那 是 水果。

◇ Nà shì shénme shuǐguǒ ?
那 是 什么 水果？

◆ Nà shì píngguǒ.
那 是 苹果。

◇ Zhè shì jǐ zhī gāngbǐ ?
这 是 几 支 钢笔？

◆ Zhè shì 3 zhī gāngbǐ.
这 是 3 支 钢笔。

◇ Nǐ yǒu méi yǒu cídiǎn ?
你 有 没 有 词典?

◆ Wǒ yǒu cídiǎn.
我 有 词典。

◇ Nǐ yǒu jǐ běn cídiǎn ?
你 有 几 本 词典？

◆ Wǒ yǒu 3 běn cídiǎn.
我 有 3 本 词典。

◇ Zhè běn cídiǎn shì nǐ de ma ?
这 本 词典 是 你 的 吗？

◆ Shì de, zhè běn cídiǎn shì wǒ de.
是 的, 这 本 词典 是 我 的。

shū	n	*book*
dōngxi	n	*thing*
shuǐguǒ	n	*fruit*
jǐ - how many		
píngguǒ	n	*apple*
zhī	m	*(a measure word)*
gāngbǐ	n	*pen*
cídiǎn	n	*dictionary*
běn	m	*(a measure word)*

Substitution Drills 句型练习

1 S V O

◆ Zhè shì shénme ?

这 是 什么？

◇ Zhè shì shū.

这 是 书 。

bǐ	*(tool for writing)*	qiānbǐ	*pencil*
yuánzhūbǐ	*ball-pen*	máobǐ	*writing brush*
dìtú	*map*	zázhì	*magazine*
běnzi	*notebook*	bào	*newspaper*
wèishēngzhǐ	*toilet paper*	xiāngzào	*perfumed soap*
cānjīnzhǐ	*napkin paper*	máojīn	*towel*
yǔsǎn	*umbrella*	bēizi	*cup, glass*

2 S V O

◆ Nà shì shénme shuǐguǒ ?

那 是 什么 水果？

◇ Nà shì píngguǒ.

那 是 苹果。

xiāngjiāo	*banana*	lí	*pear*
míhóutáo	*kiwi berry*	yīngtáo	*cherry*
cǎoméi	*strawberry*	xīguā	*watermelon*
pútao	*grape*	bōluó	*pineapple*
táo	*peach*	júzi	*orange*

3 S V O

◆ Zhè shì jǐ zhī gāngbǐ ?

这 是 几 支 钢笔？

◇ Zhè shì 3 zhī gāngbǐ.

这 是 3 支 钢笔。

Measure Word		**N**		
gè	běnzi	bēizi	píngguǒ	
zhāng	bào	dìtú	cānjīnzhǐ	
běn	shū	zázhì	cídiǎn	
zhī	bǐ	gāngbǐ	qiānbǐ	máobǐ
tiáo	máojīn			
kuài	xiāngzào			
hé	yágāo	*toothpaste*		
bǎ	yǔsǎn			

4 S V 没 V O

◆ Nǐ yǒu méi yǒu cídiǎn ?

你 有 没 有 词典？

◇ Wǒ yǒu cídiǎn.

我 有 词典 。

qiānbǐ	yuánzhūbǐ
máobǐ	bēizi
dìtú	zázhì
běnzi	bào
wèishēngzhǐ	yǔsǎn

5 S V O

◆ Nǐ yǒu jǐ běn cídiǎn ?

你 有 几 [本] [词典]?

◇ Wǒ yǒu 3 běn cídiǎn.

我 有 3 [本] [词典]。

gè	běnzi	bēizi	píngguǒ	
zhāng	bào	dìtú	cānjīnzhǐ	
běn	shū	zázhì	cídiǎn	
zhī	bǐ	gāngbǐ	qiānbǐ	máobǐ
kuài	xiāngzào			
bǎ	yǔsǎn			

6 S V O

◆ Zhè běn cídiǎn shì nǐ de ma ?

这 [本] [词典] 是 你 的 吗?

◇ Zhè běn cídiǎn shì wǒ de.

这 [本] [词典] 是 我 的。

bǐ	qiānbǐ	máobǐ
yuánzhūbǐ	zázhì	běnzi
bào	shū	wèishēngzhǐ
xiāngzào	máojīn	yǔsǎn
bēizi	yágāo	dìtú

Grammar 语法

● Numeral M N

数词不能单独作名词的定语,中间必须加量词,如:
A numeral alone cannot function as an attributive but must be combined with a measure word inserted between the numeral and the noun it modifies, e. g.

一	个	人
两	个	商店
一	本	书
三	张	地图

● M N

名词都有特定的量词,不能随便组合。"个"是用得最多的量词,可以用于指人、物、处所等名词前。如:
Every noun as a rule has its own specific measure word. Of all the measure words 个 is the most often used. It can be placed before a noun denoting a person, thing or place, e. g.

个 人 学生 商店
本 书 词典
张 报 地图
条 毛巾
把 雨伞

Rénmínbì 人民币　the Chinese currency

Buying Things, Prices 购物 价格 12

◆ Xiǎojiě, yǒu Běijīng dìtú ma ?

小姐， 有 北京 地图 吗？

◇ Yǒu, zhè xiē dōu shì. Nǐ yào nǎ zhǒng ?

有， 这 些 都 是。 你 要 哪 种？

◆ Zhè zhǒng dìtú duōshao qián yì zhāng ?

这 种 地图 多少 钱 一 张？

◇ Liǎng kuài 5 yì zhāng.

两 块 5 一 张。

◆ Yào yì zhāng. Pútao duōshao qián yì jīn?

要 一 张。 葡萄 多少 钱 一 斤？

◇ Liǎng kuài 5 yì jīn. Nǐ yào jǐ jīn?

两 块 5 一 斤。 你 要 几 斤？

◆ Wǒ yào 3 jīn bàn.

我 要 3 斤 半。

◇ Nín hái yào shénme ?

您 还 要 什么？

◆ Hái yào 3 jīn cǎoméi. Xīguā zěnme mài ?

还 要 3 斤 草莓。 西瓜 怎么 卖？

◇ 8 máo yì jīn. Yí gè chàbuduō yǒu 4 jīn.

8 毛 一 斤。 一 个 差不多 有 4 斤。

◆ Zài lái yí gè xīguā. Yígòng duōshao qián?

再 来 一 个 西瓜。 一共 多少 钱？

◇ Yígòng 29 kuài 9 máo 5 fēn.

一共 29 块 9 毛 5 分。

◆ Wǒ méi língqián, zhè shi 50, nín zhǎo ba.

我 没 零钱， 这 是 50， 您 找 吧。

yǒu	v	*there is*
xiē	m	*some*
yào	v	*want, wish*
zhǒng	m	*kind, sort*
duōshao	pro	*how many*
qián	n	*money*
kuài	m	*(unit of money = yuan)*
jīn	m	*0.5 kg*
bàn	n	*half*
hái	adv	*also, as well*
zěnme	pro	*how*
mài	v	*sell*
máo	m	*(a unit of money: 0.1 yuan)*
chàbuduō	adv	*almost, nearly*
zài	adv	*again*
lái	v	*take*
yígòng	adv	*all told, in all*
fēn	m	*(a unit of money, cent)*
língqián	n	*small change*
zhǎo	v	*give change*
ba	part	*(a modal particle)*

Substitution Drills 句型练习

1 V O

◆ Xiǎojiě, yǒu Běijīng dìtú ma？

小姐，有 北京 地图 吗?

◇ Yǒu, zhè xiē dōu shì.

有，这 些 都 是。

qiānbǐ	yuánzhūbǐ
zázhì	bēizi
běnzi	bào
xiāngjiāo	lí
yīngtáo	cǎoméi

2 S V O

◆ Nǐ yào nǎ zhǒng dìtú？

你 要 哪 种 地图?

◇ Wǒ yào zhè zhǒng dìtú.

我 要 这 种 地图。

wèishēngzhǐ	xiāngzào
máojīn	yǔsǎn
cǎoméi	xī guā
pútao	bōluó
táo	júzi

3 S N O

◆ Zhè zhǒng dìtú duōshao qián yì zhāng?

这 种 地图 多少 钱 一 张?

◇ Zhè zhǒng dìtú liǎng kuài 5 yì zhāng.

这 种 地图 两 块 5 一 张。

qiānbǐ	1. 50	zhī
zázhì	6. 20	běn
bēizi	3. 45	gè
běnzi	5. 10	gè
yǔsǎn	54. 30	bǎ

4 O V

◆ Xīguā zěnme mài？

西瓜 怎么 卖?

◇ 8 máo yì jīn.

8 毛 一 斤。

cǎoméi	0. 50	
xī guā	2. 30	
pútao	3. 50	
bōluó	8. 20	pineapple
júzi	6. 10	orange

júzi zhī - orange juice
zhī - juice

5 S V O

◆ Nǐ yào jǐ jīn ?

你 要 几 斤 ?

◇ Wǒ yào 3 jīn bàn.

我 要 3斤 半 。

mǎi	bàn	jīn	
lái	1	jīn	bàn
yào	1	jīn	
mǎi	3	gè	
lái	4	zhāng	

6 S adj V O

◆ Nín hái yào shénme ?

您 还 要 什么?

◇ Zài lái yí gè xīguā.

再 来 1 个 西瓜 。

1	jīn	cǎoméi
bàn	jīn	pútao
3	gè	bōluó
4	gè	táo
5	gè	píngguǒ

Grammar 语法

● 这 M N

这 种 地图
这 个 月
那 个 老师

指示代词"这""那"作定语时,名词前要用量词。如:
When the demonstrative pronoun 这 or 那 functions as an attributive, the noun it qualifies also takes a measure word before it, e. g.

● ___ 些 N

一 些 东西
这 些 本
那 些 本子
哪 些 人

"些"表示不定数量的量词,常与"这""哪"等连用,修饰名词。如:
些 is a measure word showing an indefinite quantity and is usually used after 这 or 哪 to modify nouns, e. g.

Xuěbì 雪碧
Sprite

chéngzhī 橙汁
orange juice

píjiǔ 啤酒
beer

Kělè 可乐
Coca Cola

Máotái jiǔ
茅台酒
Maotai spirit

kuàngquánshuǐ
矿泉水
mineral water

Bìluóchūn chá
碧螺春茶
Biluochun tea

Wines, Drinks 酒 饮料 13

◆ Nǐ xǐhuān hē báijiǔ ma ?

你 喜欢 喝 白酒 吗？

◇ Bú tài xǐhuān hē báijiǔ, xǐhuān hē chá.

不太 喜欢 喝 白酒， 喜欢 喝 茶。

◆ Nǐ xǐhuān hē huāchá háishì lǜchá ?

你 喜欢 喝 花茶 还是 绿茶？

◇ Huāchá. Wǒ jīngcháng hē huāchá.

花茶。 我 经常 喝 花茶 。

◆ Nǐ hē guo lǜchá ma ?

你 喝 过 绿茶 吗？

◇ Méi yǒu. Lǜchá guì bu guì? Hǎohē ma ?

没 有。 绿茶 贵 不 贵？ 好喝 吗？

◆ Bù piányi, hěn guì. Wǒ juéde hěn hǎohē.

不 便宜， 很 贵。 我 觉得 很 好喝。

◇ Nǐ yídìng shì nánfāngrén.

你 一定 是 南方人。

◆ Shì a. Nǐ zěnme zhīdào ?

是 啊。 你 怎么 知道？

◇ Yīnwèi běifāngrén hē huāchá, nánfāngrén

因为 北方人 喝 花茶， 南方人

xǐhuān hē lǜchá. Nǐ hē guo lóngjǐng ma ?

喜欢 喝 绿茶。 你 喝 过 龙井 吗？

◆ Dāngrán la. Xīhú lóngjǐng hěn yǒumíng.

当然 啦。 西湖 龙井 很 有名。

◇ Kànlái, nǐ duì chá hěn liǎojiě.

看来， 你 对 茶 很 了解。

xǐhuān	v	*like*
báijiǔ	n	*white spirit*
tài	adv	*too*
huāchá	n	*scented tea*
háishì	conj	*or*
lǜchá	n	*green tea*
jīngcháng	adv	*often*
guì	adj	*expensive*
hǎohē	adj	*nice to drink*
piányi	adj	*cheap*
juéde	v	*feel, think*
yídìng	adv	*certainly*
nánfāng	n	*the South*
zěnme	pro	*why, how*
zhīdào	v	*know*
yīnwèi	conj	*because*
běifāng	n	*the North*
lóngjǐng	n	*(name of a tea)*
dāngrán	adv	*of course*
la	part	*(a modal particle)*
Xīhú	n	*the West Lake*
yǒumíng	adj	*famous*
kànlái	v	*it seems*
duì	prep	*for*
liǎojiě	v	*understand*

Substitution Drills 句型练习

1 S V V O

◆ Nǐ xǐhuān hē báijiǔ ma?

你 喜欢 喝 白酒 吗?

◇ Wǒ bú tài xǐhuān hē báijiǔ.

我 不 太 喜欢 喝 白酒。

píjiǔ	n	*beer*
xiāngbīnjiǔ	n	*champagne*
wēishìji	n	*whisky*
pútaojiǔ	n	*grape wine*
hóngpútaojiǔ	n	*red wine*
báipútaojiǔ	n	*white wine*
máotáijiǔ	n	*a white spirit*

2 S V V O 还是 O?

◆ Nǐ xǐhuān hē huāchá háishì lǜchá?

你 喜欢 喝 花茶 还是 绿茶?

◇ Wǒ xǐhuān hē huāchá.

我 喜欢 喝 花茶。

kuàngquánshuǐ	n	*mineral water*
júzishuǐ	n	*orange juice*
Xuěbì	n	*Sprite*
niúnǎi	n	*milk*
suānniúnǎi	n	*yoghurt*
kāfēi	n	*coffee*

3 S adv V O ?

◆ Nǐ jīngcháng hē shénme chá?

你 经常 喝 什么 茶?

◇ Wǒ jīngcháng hē huāchá.

我 经常 喝 花茶。

jiǔ	n	*alcoholic drink*
píjiǔ	n	*beer*
chá	n	*tea*
yǐnliào	n	*beverage, drink*
kāfēi	n	*coffee*

4 S V (S adv)

◆ Nǐ juéde lǜchá guì bu guì?

你 觉得 绿茶 贵 不 贵?

◇ Wǒ juéde lǜchá hěn guì.

我 觉得 绿茶 很 贵。

huāchá	n	*scented tea*
hóngchá	n	*black tea*
wūlóngchá	n	*oolong tea*
lóngjǐngchá	n	*Dragon Well tea*
Bìluóchūn	n	*Biluochun tea*
júhuāchá	n	*chrysanthemum tea*
bābǎochá	n	*assorted tea*

5 S adj

◆ Lǜchá hǎohē ma?

绿茶 好喝 吗？

◇ Lǜchá hěn hǎohē.

绿茶 很 好喝。

n	adj
píjiǔ	guì
huāchá	piányi
lóngjǐngchá	yǒumíng
pútaojiǔ	nánhē *bad to drink*

6 S P O V

◆ Nǐ duì chá liǎojiě ma?

你 对 茶 了解 吗？

◇ Wǒ duì chá hěn liǎojiě.

我 对 茶 很 了解。

Zhōngguó	Měiguó
Běijīng	Shànghǎi
tā	tā de lǎoshī
nǐ de péngyou	zhège dìfang
báijiǔ	píjiǔ

Grammar 语法

● S V O 还是 O？

你 喝 花茶 还是 绿茶？
你 去 北京 还是 上海？
你 是 中国人 还是 美国人？

有一种疑问句是用连词“还是”连接两种可能的，由回答的人选择其一。如：
An alternative question is one formed of two statements joined by 还是 suggesting two different alternatives for the person addressed to choose from, e. g.

● S V（S adj）

我 觉得 绿茶 很贵。
我 觉得 茶 很好喝。

小句可以作某些动词的宾语。
The subject-predicate phrases can be used as object of some verbs, e. g.

● S P O V

他 对 茶 很 了解。
我 对 他 说。

介词“对”在动词前，如：
The preposition 对 and its object are placed before the verb, e. g.

Lǎo Shě Cháguǎn 老舍茶馆
Laoshe Teahouse

kāfēitīng 咖啡厅
Starbucks Coffee

cháhú 茶壶
tea pots

Dōng'ān Cházhuāng 东安茶庄
Dong'an Teahouse

Coffee Bar, Tea House 咖啡厅 茶馆 14

◆ Nǐ è bú è ?

你饿 不饿？

◇ Bú è. Wǒ hěn lèi, érqiě yǒudiǎnr kě.

不饿。我 很 累，而且 有点儿 渴。

◆ Jīntiān tài máng, wǒ yě shì yòu lèi yòu kě.

今天 太 忙，我 也 是 又 累 又 渴。

◇ Zánmen qù kāfēitīng hē diǎnr shénme ba ?

咱们 去 咖啡厅 喝 点儿 什么 吧？

◆ Xíng, wǒ tóngyì.

行，我 同意。

◇ Wǒ qù xià cèsuǒ, yíhuìr zài kāfēitīng jiàn.

我 去下 厕所，一会儿 在 咖啡厅 见。

◆ Hǎo ba. Yíhuìr wǒ zài ménkǒu děng nǐ.

好 吧。一会儿 我 在 门口 等 你。

★ Xiānsheng, nǐmen hē diǎnr shénme ?

先生，你们 喝 点儿 什么？

◇ Yào bēi kělè. Nǐmen zhèr yǒu píjiǔ ma ?

要 杯 可乐。你们 这儿 有 啤酒 吗？

★ Yǒu, yǒu Qīngdǎo píjiǔ hé Yānjīng píjiǔ.

有，有 青岛 啤酒 和 燕京 啤酒。

◇ Yǒu Fǎguó pútaojiǔ ma ?

有 法国 葡萄酒 吗？

★ Duì bù qǐ, wǒmen zhèr méi yǒu.

对不起，我们 这儿 没 有。

◇ Nà, lái yì píng píjiǔ hé yì hú chá.

那，来一 瓶 啤酒 和一壶 茶。

è	adj	*hungry*
kě	adj	*thirsty*
érqiě	cong	*and also*
yǒudiǎnr	adv	*a little*
lèi	adj	*tired*
máng	adj	*busy*
yòu... yòu...	cong	*both... and...*
zánmen	pro	*we*
kāfēitīng	n	*coffee house*
ba	part	*(a modal particle)*
xíng	adj	*all right*
tóngyì	v	*agree*
xià	m	*a bit*
yíhuìr	n	*a moment*
jiàn	v	*see*
ménkǒu	n	*entrance*
děng	v	*wait*
diǎnr	n	*a little*
bēi	m	*glass*
kělè	n	*Coca Cola*
zhèr	pro	*here*
Qīngdǎo	n	*Qingdao City*
Yānjīng	n	*(a beer brand)*
nà	conj	*then*
píng	n	*bottle*
hé	conj	*and*
hú	n	*pot*

Substitution Drills 句型练习

1 S adj

◆ Nǐ è bú è?

你 饿 不 饿 ?

◇ Wǒ bú è.

我 不 饿。

adj	
kě	*thirsty*
lèi	*tired*
máng	*busy*
gāoxìng	*glad, happy*

2 S VV O, 行吗?

◆ Zánmen qù hē diǎnr shénme, xíng ma?

咱们 去 喝 点儿 什么, 行 吗?

◇ (Bù) xíng.

(不) 行。

V	V	N
qù	mǎi	dōngxi
qù	hē	chá
qù	chī	fàn
qù	hē	kāfēi

3 sentence, S V

◆ Zánmen qù kāfēitīng, nǐ tóngyì ma?

咱们 去 咖啡厅, 你 同意 吗?

◇ Wǒ (bù) tóngyì.

我 (不) 同意。

V	N
qù	Zhōngguó fànguǎn
hē	chá
chī	fàn
mǎi	zhè běn cídiǎn

4 S P O V O

◆ Nǐ zài nǎr děng wǒ?

你 在 哪儿 等 我?

◇ Wǒ zài kāfēitīng ménkǒu děng nǐ.

我 在 咖啡厅 门口 等 你。

jiàoshì	n	*classroom*
xuéxiào ménkǒu		
shāngdiàn		
yóujú		
yínháng ménkǒu		
huǒchēzhàn		

5 S V O

◆ Nín hē diǎnr shénme?

您 喝 点儿 什么？

◇ Wǒ yào bēi kělè.

我 要 杯 可乐。

V	M	O
yào	bēi	kāfēi
yào	píng	píjiǔ
lái	hú	chá
lái	bēi	pútaojiǔ

6 S V O

◆ Nǐmen zhèr yǒu píjiǔ ma?

你们 这儿 有 啤酒 吗？

◇ Yǒu, yǒu Qīngdǎo píjiǔ hé Yānjīng píjiǔ.

有，有 青岛 啤酒 和 燕京 啤酒。

tā nàr

nǐ nàr

tāmen nàr

lǎoshī nàr

nǐ péngyou zhèr

Grammar 语法

● S 又 adj 又 adj

"又……又"可以连接两个形容词。如：
又... 又 can link two adjectives, e.g.

我 又 累 又 渴。
啤酒 又 便宜 又 好喝。

● S V V O

"咱们"包括说话人和对方．如：
咱们 include both the speaker and the listener, e.g.

咱们 去 喝 点儿什么吧。
咱们 去 上 课吧。

● pro/n 这(那)儿

如果在人称代词和表示人物的名词后加"这儿"或"那儿"就成了表示地点的词组。如：
If a personal pronoun or a noun referring to a person indicates a place, it should be followed by 这儿 (this place) or 那儿 (that place), e.g.

你们 这儿
她们 那儿
我朋友 那儿

菜 谱 Menu

菜名 *Dish*	*单价(元)* *price*
素菜类	
干烧四季豆	10
茄汁鲜蘑	12
炒金针菇	12
香菇菜心	12
蒜茸空心菜	8
炝豆芽	6
烧茄子	10
姜汁菠菜	8

菜名 *Dish*	*单价(元)* *price*
海鲜类	
清炒虾仁	20
五香鱼	16
煎熘鱼片	20
干烧鱼	18
炒墨鱼	16
水晶虾	22
红烧海参	24
清蒸平鱼	22

菜名 *Dish*	*单价(元)* *price*
肉 类	
鱼香肉丝	10
宫爆鸡丁	10
糖醋排骨	28
焦熘肉片	12
辣子肉丁	10
炸叉烧肉	14
盐煎肉	12
炒腰片	14

菜名 *Dish*	*单价(元)* *price*
沙锅、煲类	
青茹豆腐煲	16
鳝鱼煲	20
茄子煲	16
三鲜豆腐煲	18
砂锅排骨	20
砂锅羊肉	16
砂锅胖头鱼	18
砂锅丸子	18

Menu, Foods 菜单 食品 15

◆ Nǐ xǐhuān chī Zhōngcān háishì Xīcān ?

你 喜欢 吃 中餐 还是 西餐？

◇ Wǒ fēicháng xǐhuān chī Zhōngcān.

我 非常 喜欢 吃 中餐。

◆ Nǐ zuì xǐhuān chī shénme ?

你 最 喜欢 吃 什么？

◇ Wǒ zuì xǐhuān chī jiǎozi.

我 最 喜欢 吃 饺子。

◆ Nǐ chī guo kǎoyā méi yǒu ?

你 吃 过 烤鸭 没 有？

◇ Méi chī guo, hǎochī ma ?

没 吃 过， 好吃 吗？

◆ Búcuò, nǐ yīnggāi cháng yi cháng.

不错， 你 应该 尝 一 尝。

◇ Nǐ zhīdào zhè shì shénme cài ma ?

你 知道 这 是 什么 菜 吗？

◆ Zhè shì liángcài, yě jiào xiàjiǔcài.

这 是 凉菜， 也 叫 下酒菜。

◇ Càidān shang yǒu shénme rècài ?

菜单 上 有 什么 热菜？

◆ Yǒu qīngcài, yú, ròu, jī hé hǎixiān.

有 青菜、 鱼、 肉、 鸡 和 海鲜。

◇ Nǐ cháng chī shénme zhǔshí ?

你 常 吃 什么 主食？

◆ Mǐfàn hé mántou.

米饭 和 馒头。

Zhōngcān	n	*Chinese meal*
Xīcān	n	*Western-style meal*
fēicháng	adv	*very, extremely*
zuì	adv	*most, -est*
jiǎozi	n	*dumpling*
kǎoyā	n	*roast duck*
hǎochī	adj	*delicious*
búcuò	adj	*not bad*
yīnggāi	v	*should, must*
cháng	v	*taste*
zhīdào	v	*know*
cài	n	*dish*
liángcài	n	*cold dish*
xiàjiǔcài	n	*cold dish*
càidān	n	*menu*
shàng	n	*on*
rè	n	*hot*
rècài	adj	*hot dish*
qīngcài	n	*vegetables*
yú	n	*fish*
ròu	n	*meat*
jī	n	*chicken*
hǎixiān	n	*seafood*
cháng	n	*often*
zhǔshí	adv	*staple food*
mǐfàn	n	*cooked rice*
mántou	n	*steamed bun*

Substitution Drills 句型练习

1 S V V O 还是 O

◆ Nǐ xǐhuān chī Zhōngcān háishì Xīcān?

你 喜欢 吃 中餐 还是 西餐？

◇ Wǒ fēicháng xǐhuān chī Zhōngcān.

我 非常 喜欢 吃 中餐。

Zhōngguófàn	n	*Chinese meal*
Fǎguófàn	n	*French meal*
qīngcài	n	*vegetables*
yú	n	*fish*
ròu	n	*meat*
jī	n	*chicken*
hǎixiān	n	*seafood*

2 S adv V V O

◆ Nǐ zuì xǐhuān chī shénme?

你 最 喜欢 吃 什么？

◇ Wǒ zuì xǐhuān chī jiǎozi.

我 最 喜欢 吃 饺子。

miàntiáo	n	*noodles*
kǎoyā	n	*roast duck*
jiàngniúròu	n	*beef cooked in soy sauce*
bànhuángguā	n	*cucumber salad*
huāshēngmǐ	n	*shelled peanut*
yúxiāngròusī	n	*"fish-smelling" hot shredded meat*

Chǎo miàn -
Chǎo fàn -

3 S V 过 O 没有

◆ Nǐ chī guo kǎoyā méi yǒu?

你 吃 过 烤鸭 没 有？

◇ Méi chī guo.

没 吃 过。

bāozi	n	*steamed stuffed bun*
miàntiáo	n	*noodles*
jiǎozi	n	*dumpling*
xiānggū	n	*mushroom*

4 S V (S V O)

◆ Nǐ zhīdào zhè shì shénme cài ma?

你 知道 这 是 什么 菜 吗？

◇ Zhè shì liángcài.

这 是 凉菜。

kǎoyā	n	*roast duck*
niúròu	n	*beef*
zhūròu	n	*pork*
yángròu	n	*mutton*
xiā	n	*shrimp*

5 S V O

◆ Càidān shang yǒu shénme rècài?

菜单 上 有 什么 热菜?

◇ Yǒu qīngcài, yú, ròu, jī hé hǎixiān.

有 青菜、鱼、肉、鸡 和 海鲜。

xiānggū	n	*mushroom*
càixīnr	n	*heart of a cabbage*
yóucài	n	*rape*
tāng	n	*soup*
huángguā	n	*cucumber*
xīhóngshì	n	*tomato*
jīdàn	n	*egg*

6 S adv V O

◆ Nǐ cháng chī shénme zhǔshí?

你 常 吃 什么 主食?

◇ Mǐfàn hé mántou.

米饭 和 馒头。

miànbāo	n	*bread*
bāozi	n	*steamed stuffed bun*
miàntiáo	n	*noodles*
jiǎozi	n	*dumplings*
mǐfàn	n	*cooked rice*

Grammar 语法

● S V 过 O 没有?

你 去 过 北京 没有?
你 吃 过 饺子 没有?

使用动态助词"过"的句子,其正反疑问方式是:
In sentences with the aspect particle 过 the affirmative-negative form of a question is:

● S V V一V

你 应该 尝一尝。
你 应该 看一看。

表示动作的动词可以重叠,重叠后常表示动作经历的时间短促或轻松、随便。如:
Verb denoting action can be repeated. This device is usually employed when one wishes to indicate that the action is of a very short duration, to soften the tone or to make it sound relaxed or informal, e.g.

jiǎozi 饺子 dumplings

mántou 馒头 steamed bread

yú 鱼 fish

bāozi 包子 steamed stuffed bun

dāochā 刀叉 Western cutlery

wǎnkuài 碗筷 Chinese tableware

In the Restaurant 在饭馆 16

◆ Nǐmen èr wèi chī diǎnr shénme ?
你们 二 位 吃 点儿 什么？

◇ Yǒu càidān ma ? Xiān kàn yí xià càidān.
有 菜单 吗？ 先 看 一下 菜单。

◆ Zhè shì càidān. Nǐmen xiān kàn yí xià.
这 是 菜单。 你们 先 看 一下。

◇ Xiān lái 3 gè liángcài, yígè bànhuángguā,
先 来 三个 凉菜， 一个 拌黄瓜，
yì pánr huāshēngmǐ, yí gè jiàngniúròu.
一 盘儿 花生米， 一 个 酱牛肉。

◆ Rècài ne? Yào shénme rècài ?
热菜 呢？ 要 什么 热菜？

◇ Lái bàn zhī kǎoyā, yí gè yúxiāngròusī.
来 半 只 烤鸭， 一 个 鱼香肉丝。

◆ Yào shénme tāng?
要 什么 汤？

◇ Yí gè xīhóngshì jīdàn tāng , yì wǎn mǐfàn.
一个 西红柿 鸡蛋 汤， 一 碗 米饭。
Ná 3 gè bēizi. Tā bú huì yòng kuàizi,
拿 三 个 杯子。她 不 会 用 筷子，
nín gěi ná gè sháozi hé yí fù dāozi, chāzi.
您 给 拿 个 勺子 和 一 副 刀子、叉子。

◆ Hái yào shénme ma ?
还 要 什么 吗？

◇ Bú yào le. ⋯ Xiǎojiě, jiézhàng.
不 要 了。…… 小姐， 结账。

wèi	m	*(a measure word)*
càidān	n	*menu*
xiān	adv	*first, ealier*
yíxià	m	*once, one time*
bànhuángguā	n	*cucumber salad*
pán	n	*plate*
huāshēngmǐ	n	*shelled peanut*
jiàngniúròu	n	*beef cooked in soy sauce*
zhī	n	*(a measure word)*
yúxiāngròusī	m	*"fish-smelling" hot shredded meat*
tāng	n	*soup*
wǎn	n	*bowl*
ná	v	*take*
bēizi	n	*glass*
huì	v	*know*
yòng	v	*use*
kuàizi	n	*chopsticks*
gěi	v	*give*
sháozi	n	*ladle*
fù	m	*(a measure word)*
dāozi	n	*knife*
chāzi	n	*fork*
le		*(a modal particle)*
jiézhàng	v	*settle accounts*

Substitution Drills 句型练习

1 S V O

◆ Nǐmen èr wèi chī diǎnr shénme?

你们 二 位 吃 点儿 什么？

◇ Lái yì zhī kǎoyā.

来 一 [只] [烤鸭]。

gè	liángcài
gè	xiàjiǔcài
pánr	huāshēngmǐ
gè	rècài
wǎn	mǐfàn
gè	yúxiāngròusī

2 V O

◆ Yǒu càidān ma?

有 [菜单] 吗？

◇ Yǒu, zhè shì càidān.

有， 这 是 [菜单]。

bāozi	n	*steamed stuffed bun*
miàntiáo	n	*noodles*
jiǎozi	n	*dumplings*
kǎoyā	n	*roast duck*
yú	n	*fish*

3 V O

◆ Yào shénme rècài?

要 什么 热菜？

◇ Lái yí gè yúxiāngròusī.

来 一 个 [鱼香肉丝]。

kǎoyā	n	*roast duck*
niúròu	n	*beef*
zhūròu	n	*pork*
yángròu	n	*mutton*
xiā	n	*shrimp*

4 S V 不 V V O

◆ Nǐ huì bú huì yòng kuàizi?

[你] 会 不 会 用 [筷子]？

◇ Wǒ huì yòng kuàizi.

[我] 会 用 [筷子]。

tā de gēge	dāozi
tā de péngyou	chāzi
nǐ de tóngxué	cídiǎn
nǐ de bàba	kuàizi
tā de māma	máobǐ

5 S V O

◆ Nín yào shénme zhǔshí ?

您 要 什么 主食？

◇ Yìwǎn mǐfàn, liǎng gè mántou.

一碗 米饭，两个 馒头。

3	gè	miànbāo
4	gè	bāozi
1	wǎn	miàntiáo
bàn	jīn	jiǎozi
3	wǎn	mǐfàn

6 adv V O

◆ Hái yào shénme ma ?

还 要 什么 吗？

◇ Ná 3 gè bēizi.

拿 三个 杯子。

liǎng	gè	bēizi
1	bǎ	dāozi
1	fù	kuàizi
3	gè	chāzi
1	zhāng	cānjīnzhǐ

Grammar 语法

● S V O 了

我 不 要 了。
她 不 去 上海 了。
他 是 老师 了。

在句尾加语气助词"了"表示情况的变化，如：
When the modal particle 了 is added at the end of a sentence, it indicates changed circumstances.

● S V V O

我 会 用 筷子。
我 喜欢 吃 中餐。
我 想 去 北京。
你 应该 买 一张地图。

能愿动词"会""想""要""应该"用在动词前，如：
Helping verbs such as 会，想，要 and 应该 are more often than not to appear before verbs to express ability, possibility, intention or wishes.

Běijīng kǎoyādiàn
北京烤鸭店
Beijing Quanjude Roast Duck Restaurant

Shànghǎi fànguǎn
上海饭馆
a Shanghai restaurant

Sìchuān fànguǎn
四川饭馆
a Sichuan restaurant

Běijīng lǎozìhào fànguǎn
北京老字号饭馆
an old-time Beijing hot-pot restaurant still going strong

◆ Zhè shì yì jiā Sìchuān fànguǎnr ba ?

这 是 一家 四川 饭馆儿 吧？

◇ Tīngshuō nǐ ài chī là de, suǒyǐ jīntiān qǐng

听说 你 爱 吃 辣 的，所以 今天 请

nǐ chī Chuāncài. Nǐ ài chī tián de ma?

你 吃 川菜。 你 爱 吃 甜 的 吗？

◆ Bù, ài chī xián de. Wǒ shì Běifāngrén.

不，爱 吃 咸 的。我 是 北方人。

◇ Yě jiù shì shuō, nánfāngrén ài chī tián de.

也 就 是 说， 南方人 爱 吃 甜 的。

◆ Yìbān lái shuō, tāmen ài chī qīngdàn de.

一般 来 说， 他们 爱 吃 清淡 的。

◇ Wǒ diǎn le jǐ gè míngcài, nǐ chángchang.

我 点 了 几 个 名菜， 你 尝尝。

◆ Búcuò. Lái, wèi wǒmen de yǒuyì gānbēi !

不错。 来， 为 我们 的 友谊 干杯！

◇ Gānbēi. Mànmān chī. Zhè gè cài là bú là ?

干杯！ 慢慢 吃。这 个 菜 辣 不 辣？

◆ Gòu là de. Nà gè cài yǒudiǎnr dàn.

够 辣 的。那 个 菜 有点儿 淡。

◇ Xiǎojiě, yǒu yán ma ? Ná diǎnr yán lái.

小姐， 有 盐 吗？ 拿 点儿 盐 来。

Yòng xìnyòngkǎ jiézhàng, kěyǐ ma ?

用 信用卡 结账， 可以 吗？

★ Bù xíng. Wǒmen zhèr zhǐ shōu xiànjīn.

不 行。 我们 这儿 只 收 现金。

jiā	m	*(a measure word)*
ba	part	*(a modal particle)*
tīngshuō	v	*be told*
ài	v	*like*
là	adj	*peppery*
suǒyǐ	conj	*so, therefore*
qǐng	v	*invite*
Chuāncài	n	*Sichuan food*
tián	adj	*sweet*
xián	adj	*salted*
yějiùshìshuō	v	*that is to say*
yìbānláishuō	n	*generally*
qīngdàn	adj	*light, not greasy*
diǎn	v	*order (dishes)*
míngcài	n	*famous dish*
wèi	prep	*for*
gānbēi	v	*drink a toast*
màn	adj	*slow*
gòu... de	adv	*enough*
dàn	adj	*light*
yán	n	*salt*
ná	v	*take*
xìnyòngkǎ	n	*credit card*
kěyǐ	v	*passable*
zhǐ	adv	*only*
shōu	v	*accept*
xiànjīn	n	*cash*

Substitution Drills 句型练习

1 S V O

◆ Zhè shì yì jiā Sìchuān fànguǎnr ba ?

这 是 一家 四川 饭馆儿 吧？

◇ Shì de.

是 的。

N

Guǎngdōng
Shāndōng
Dōngběi
Shànghǎi

2 T S V O V O

◆ Jīntiān nǐ qǐng wǒ chī shénme ?

今天 你 请 我 吃 什么？

◇ Wǒ qǐng nǐ chī Chuāncài.

我 请 你 吃 川菜。

N

Yuècài
Lǔcài
Fǎguócài
xīcān

3 S V V O

◆ Nǐ ài chī tián de ma ?

你爱 吃 甜 的 吗？

◇ Wǒ (bú) ài chī tián de.

我 （不） 爱 吃 甜 的。

adj	
xián	*salted*
là	*peppery*
suān	*acid, sour*
tián	*sweet*

4 S adj

◆ Zhè gè cài là bú là ?

这 个 菜 辣 不 辣？

◇ Gòu là de.

够 辣 的。

adj	
xián	*salted*
là	*peppery*
suān	*acid, sour*
tián	*sweet*

5 P O V

◆ Wèi wǒmen de yǒuyì gānbēi !

为 我们 的 友谊 干杯!

◇ Gānbēi!

干杯!

nǐ de jiànkāng	*health*
wǒmen de chénggōng	*success*
nǐ de shēngrì	*birthday*
liǎng guó rénmín de yǒuyì	

6 V O ? V O V

◆ Yǒu yán ma ? Ná diǎnr yán lái.

有 盐 吗? 拿 点儿 盐 来。

◇ Yǒu, zhè shì yán hé jiàngyóu.

有, 这 是 盐 和 酱油。

N	
táng	*sugar*
cù	*vinegar*
jiàngyóu	*soy sauce*
làjiāo	*hot pepper*

Grammar 语法

● S V O V O

我 请 你 吃 川菜。
他 请 我 看 电影。
我 请 朋友 来 我家。

有一种句子,谓语由两个动词结构构成,前一个动词的宾语是后一个动词的主语,这种句子叫兼语句。"请"可以用作兼语句的第一个动词。

There is a kind of sentence composed of two verbal constructions in which the object of the first verb is at the same time the subject of the following verb. Such sentence is known as a pivotal sentence. The verb 请 can be used as the first verb in this kind of sentence.

● adj 的

辣 的
甜 的
大 的

形容词后加"的"成名词性结构,如:

The constructions composed of an adjective and the structural particle 的 are nominal constructions, e. g.

dàifu 大夫 a doctor

jiàoshī 教师 a teacher

diànyuán 店员 a waitress

quánjiā tú 全家图 a family

◆ Shéi ya ? Děng yíhuìr.
谁 呀? 等 一会儿。

◇ Shì wǒ, Xiǎo Wáng .
是 我, 小 王。

◆ Qǐng jìn. Qǐng zuò. Qǐng hē chá.
请 进。 请 坐。 请 喝 茶。

◇ Xièxie ! Nǐ àirén zài jiā ma ?
谢谢! 你 爱人 在 家 吗?

◆ Zài. Wǒ jièshào yíxià, zhè shì wǒ àirén.
在。我 介绍 一下, 这 是 我 爱人。

◇ Nǐ jiā yǒu jǐ kǒu rén ?
你 家 有 几 口 人?

◆ 5 kǒu rén, hái yǒu wǒ fùmǔ hé yígè háizi.
五 口 人, 还 有 我 父母 和 一个 孩子。

◇ Tīngshuō, nǐ yǒu yí gè jiějie, shì ma ?
听说, 你 有 一 个 姐姐, 是 吗?

◆ Shì a. Tā zài Běijīng gōngzuò.
是 啊。她 在 北京 工作。

◇ Tā zuò shénme gōngzuò ?
她 作 什么 工作?

◆ Tā shì dàifu.
她 是 大夫。

◇ Tā zài nǎ gè yīyuàn gōng zuò?
她 在 哪 个 医院 工作?

◆ Tā zài Běijīng Yīyuàn gōngzuò.
她 在 北京 医院 工作。

ya	part	*(a modal particle)*
děng	v	*wait*
yíhuìr	n	*a little while*
xiǎo	adj	*little, young*
qǐng	v	*please*
jìn	v	*enter*
zuò	v	*sit*
zài	v	*be at*
jiā	n	*home, family*
jièshào	v	*introduce*
yíxià	m	*once, a bit*
kǒu	m	*(a measure word)*
fùmǔ	n	*parents*
tīngshuō	part	*be told*
a	v	*(a modal particle)*
gōngzuò	v, n	*work, job*
dàifu	n	*doctor*
yīyuàn	n	*hospital*

stitution Drills　句型练习

V O

◆ Nǐ àirén zài jiā ma？

你 [爱人] 在 家 吗？

◇ Zài.

在。

yéye	*grandfather*	bàba
nǎinai	*grandmother*	māma
zǔfù	*grandfather*	gēge
zǔmǔ	*grandmother*	dìdi
fùqin	*father*	jiějie
mǔqin	*mother*	mèimei
érzi	*son*	háizi
nǚ'ér	*daughter*	

2 S V O

◆ Nǐ jiā yǒu jǐ kǒu rén？

[你] 家 有 几 口 人？

◇ 5 kǒu rén.

[五] 口 人。

tā	3
nǐ péngyou	4
Zhāng lǎoshī	5
nǐ de tóngxué	6
Wáng xiǎojiě	7

3 V (S V O)

◆ Tīngshuō, nǐ yǒu yí gè jiějie, shì ma？

听 说， 你 有 [一个 姐姐]， 是 吗？

◇ Shì a.

是 啊。

1	gēge	
2	dìdi	
2	jiějie	
3	háizi	(handwritten: - Children)
1	érzi	(handwritten: - Boy)
2	nǚ'ér	(handwritten: - Girl)

4 S P O V

◆ Tā zài nǎr gōngzuò？

[她] 在 哪儿 工作？

◇ Tā zài yīyuàn gōngzuò.

她 在 [医院] 工作。

wǒ	gōngsī	*company*
tā de gēge	dàxué	(handwritten: - University)
tā de péngyou	yínháng	(handwritten: - Bank)
wǒ de tóngxué	yóujú	
wǒ de bàba	shāngdiàn	(handwritten: - Store)
tā de māma	shūdiàn	(handwritten: - Book Store)

5 S V O

◆ Tā zuò shénme gōngzuò ?
她 做 什么 工作？

◇ Tā shì dàifu.
她 是 大夫。

gōngchéngshī	*engineer*	lǜshī	*lawyer*
zhíyuán	*office worker*	sījī	*driver*
jīnglǐ	*manager*	gōngrén	*worker*
shāngrén	*businessman*	nóngmín	*peasant*
gōngsī zhíyuán	*company office worker*		
gōngwùyuán	*civil servant*	fúwùyuán	*attendant*
shòuhuòyuán	*shop assistant*		

6 请 V O

◆ Qǐng jìn.
请 进。

zuò	kànyíxià
hē chá	chángyìcháng
hē kāfēi	jièshàoyíxià

7 S V (S V O)

◆ Wǒ jièshào yíxià, zhè shì wǒ àirén.
我 介绍 一下，这 是 我 爱人。

wǒ fùqin	wǒ de péngyou
wǒ de lǎoshī	tā de gēge
wǒ de háizi	tā de érzi

Grammar 语法

● S P O V O

我 在 医院 工作。
他 在 大学 上 班。

介词"在"跟它的宾语组成的介词结构，作状语时在动词前。如：
The preposition 在, together with its object, forms a prepositional construction, which is often placed before the verb as an adverbial adjunct, e. g.

● S V 一下

我 介绍 一下。
你 看 一下。

"下"是动量词，动量词在动词后。"一下"表示动作经历的时间短暂，如：
下 is a verbal measure word. The verbal measure words are placed after the verb. 一下 shows that an action lasts for a very short time, e. g.

● N N

北京 医院
大学 老师
公司 职员

名词作定语，是说明中心语性质的，一般不用"的"。如：
When a noun is used to modify another noun, it usually doesn't take 的 after it, e. g.

Nǐhǎo 你好

How do you do!

Yīngyǔ 英语

Comment allez – vous!

Fǎyǔ 法语

Guten Tag!

Déyǔ 德语

¡Cómo está usted!

Xībānyáyǔ 西班牙语

こんにちは。

Rìyǔ 日语

أهلا وسهلا

Ālābóyǔ 阿拉伯语

Buon giorno!

Yìdàlìyǔ 意大利语

Здравствуй!

Éyǔ 俄语

Languages, Learning 语言 学习 19

◆ Nǐ shì xuésheng ba?
你是 学生 吧?

◇ Shì de, wǒ shì dàxuéshēng.
是的, 我是 大学生。

◆ Nǐ shì nǎ gè dàxué de xuésheng?
你是哪个大学 的 学生?

◇ Wǒ shì Běijīng Dàxué de xuésheng.
我是 北京 大学 的 学生。

◆ Nǐ xuéxí shénme zhuānyè?
你 学习 什么 专业?

◇ Xuéxí Hànyǔ. Shì Lǐ lǎoshī jiāo wǒmen.
学习 汉语。是李老师 教 我们。

◆ Nǐmen xuéxí wàiyǔ ma?
你们 学习 外语 吗?

◇ Wǒ xué Yīngyǔ. Nǐ huì shuō Yīngyǔ ma?
我学 英语。 你会 说 英语 吗?

◆ Huì shuō yìdiǎnr. Nǐ kǒuyǔ zěnmeyàng?
会 说 一点儿。你 口语 怎么样?

◇ Bù hǎo. Nǐ Yīngyǔ shuō de zěnmeyàng?
不 好。 你 英语 说 得 怎么样?

◆ Hái kěyǐ. Lǎoshī jiāo de bǐjiào hǎo.
还 可以。 老师 教 得 比较 好。

◇ Nǐ juéde Yīngyǔ nánxué ma?
你 觉得 英语 难学 吗?

◆ Bú tài nán, dànshì yào duō tīng, duō shuō.
不太难, 但是 要 多 听, 多 说。

ba	part	*(a modal particle)*
shìde		*right, yes*
dàxuéshēng	n	*college student*
dàxué	n	*university*
xuéxí	v	*learn*
zhuānyè	n	*speciality*
Hànyǔ	n	*Chinese*
jiāo	v	*teach*
wàiyǔ	n	*foreign language*
shuō	v	*speak, say*
Yīngyǔ	n	*English*
yìdiǎnr	m	*a little*
kǒuyǔ	n	*spoken language*
zěnmeyàng	pro	*how*
hǎo	adj	*good, well*
de	part	*(a structural particle)*
háikěyǐ		*passable*
bǐjiào	adv	*relatively*
nánxué	adj	*difficult to learn*
tài	adv	*too*
nán	adj	*difficult*
dànshì	conj	*but*
yào	v	*should*
duō	adj	*many*
tīng	v	*listen*

Substitution Drills　　句型练习

1 S V O

◆ Nǐ shì xuésheng ba?

你 是 学生 吧？

◇ Shì de.

是 的。

dàxuéshēng	*college student*
zhōngxuéshēng	*middle school student*
xiǎoxuéshēng	*primary school student*
wàiguórén	*foreigner*
lǎoshī	*teacher*

2 S V N 的 O

◆ Nǐ shì nǎ gè dàxué de xuésheng?

你 是 哪 个 大学 的 学生？

◇ Wǒ shì Běijīng Dàxué de xuésheng.

我 是 北京 大学 的 学生。

dàxué		lǎoshī
gōngsī	*company*	zhíyuán
yīyuàn		dàifu
xuéxiào	*school*	xuésheng
gōngchǎng	*factory*	gōngrén
yínháng		zhíyuán

3 S V O

◆ Nǐ xuéxí shénme zhuānyè?

你 学习 什么 专业？

◇ Xuéxí Hànyǔ.

学习 汉语。

fǎlǜ	n	*law*
jīngjì	n	*economics*
yīxué	n	*medicine*
lìshǐ	n	*history*
wénxué	n	*literature*
shùxué	n	*mathematics*
xīnlǐxué	n	*psychology*

4 S V V O

◆ Nǐ huì shuō Yīngyǔ ma?

你 会 说 英语 吗？

◇ Huì shuō yìdiǎnr.

会 说 一点儿。

Hànyǔ	n	*Chinese*
wàiyǔ	n	*foreign language*
Yīngyǔ	n	*English*
Fǎyǔ	n	*French*
Rìyǔ	n	*Japanese*
Déyǔ	n	*German*

5 S O V 得 adj

◆ Nǐ Yīngyǔ shuō de zěnmeyàng?

你 英语 说 得 怎么样？

◇ Hái kěyǐ.

还可以。

V		adj
jiāo		hǎo
shuō		búcuò
xiě	*write*	háikěyǐ
		fēicháng hǎo

6 S V O O

◆ Shéi jiāo nǐmen kǒuyǔ?

谁 教 你们 口语？

◇ Zhāng lǎoshī jiāo wǒmen kǒuyǔ.

张 老师 教 我们 口语。

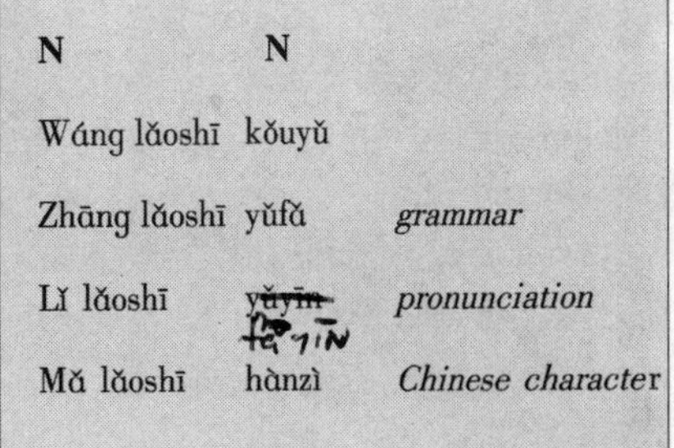

N N
Wáng lǎoshī kǒuyǔ
Zhāng lǎoshī yǔfǎ grammar
Lǐ lǎoshī pronunciation
Mǎ lǎoshī hànzì Chinese character

Grammar 语法

● S O V 得 adj

你 汉语 说 得 怎么样？
他 英语 说 得 好不好？
她 汉语 教 得 不错。

简单程度补语由形容词担任。动词和程度补语之间要加“得”。否定形式是把“不”放在形容词之前。如：
Simple complement of degree is usually made of adjective and the structural particle 得 which is used to connect the verb and its complement of degree. The negative form is made by adding 不 before the complement, e. g.

● S V O O

王老师 教 我们 口语。
张老师 教 他们 语法。

动词“教”可以带双宾语。间接宾语在前，直接宾语在后，如：
The verb 教 can take two objects. The first one, mostly a personal noun or pronoun, is called an indirect object and the second one, mostly a noun of non-personal reference, is named the direct object, e. g.

● 你是学生吧？
她会说英语吧？
你去北京吧？

“吧”有时是表示对不肯定状态的询问语气。如：
One usage of the modal particle 吧 is to express an interrogative tone of a guess, e. g.

diànhuàtíng 电话亭 a telephone booth

hútòng 胡同 a lane

齊 平 景 總經理

中國國際圖書貿易總公司

中國・北京 電話: 68413846 68433001
車公莊西路35號 傳眞: (8610)68412023
北京郵政信箱第399號 電傳: CIBTC BEIJING
郵政編碼: 100044 電子信箱: qipj@mail.cibtc.com.cn

Qi Pingjing
President

CHINA INTERNATIONAL BOOK
TRADING CORPORATION

35,Chegongzhuang Xilu
P.O.Box: 399
Beijing,China
Postal Zone: 100044

Tel: 68413846 68433001
Fax: (8610)68412023
Coble: CIBTC BEIJING
E-mail: qipj@mail.cibtc.com.cn

lóupáihào 楼牌号 an address sign

míngpiàn 名片 a card

◆ Nǐ zhù nǎr?

你 住 哪儿?

◇ Wǒ zhù Xuéyuànlù 15 hào, shì Hǎidiànqū.

我 住 学院路 15 号, 是 海淀区。

◆ Nǐ zhù de shì lóufáng háishì píngfáng?

你 住 的 是 楼房 还是 平房?

◇ Shì lóufáng. Wǒ zhù 8 lóu.

是 楼房。 我 住 8 楼。

◆ Nǐ zhù zài jǐ céng?

你 住 在 几 层?

◇ Wǒ zhù 13 céng.

我 住 13 层。

◆ Nǐ zhù duōshao hào fángjiān?

你 住 多少 号 房间?

◇ 214 hào fángjiān.

214 号 房间。

◆ Nǐ néng gàosu wǒ nǐ jiā de diànhuà ma?

你 能 告诉 我 你 家 的 电话 吗?

◇ Kěyǐ. Zhè shì wǒ de míngpiàn hé dìzhǐ.

可以。这 是 我 的 名片 和 地址。

◆ Nǐ jiā de diànhuà shì duōshao?

你 家 的 电话 是 多少?

◇ 23416836. Lái yǐqián gěi wǒ dǎ gè diànhuà.

23416836。 来 以前 给 我 打 个 电话。

Rúguǒ wǒ bú zài jiā, nǐ dǎ wǒ shǒujī.

如果 我 不 在 家, 你 打 我 手机。

zhù	v	*live*
lù	n	*road*
xuéyuàn	n	*college*
Xuéyuànlù	n	*(a road name)*
Hǎidiànqū	n	*Haidian District*
lóufáng	n	*building*
píngfáng	n	*single-storey house*
lóu	n	*building*
céng	n	*floor, storey*
hào	n	*number*
fángjiān	n	*room*
néng	v	*can*
gàosu	v	*tell*
diànhuà	n	*telephone*
kěyǐ	v	*can, possible*
míngpiàn	n	*visiting card*
dìzhǐ	n	*address*
gěi	prep	*to*
dǎ diànhuà	v	*make a phone call*
rúguǒ	conj	*if*
shǒujī	n	*mobile phone*

Substitution Drills 句型练习

1 S V O

◆ Nǐ zhù nǎr?

你 住 哪儿?

◇ Wǒ zhù Xuéyuànlù 15 hào.

我 住 [学院路 15 号]。

Hǎidiànqū	*Haidian District*
Cháoyángqū	*Chaoyang District*
Xīchéngqū	*Xicheng District*
Shànghǎilù	*Shanghai Road*

2 S V 的 V O

◆ Nǐ zhù de shì lóufáng ma?

你 [住] 的 是 [楼房] 吗?

◇ Wǒ zhù de shì lóufáng.

我 住的 是 楼房。

V	N
hē	kāfēi
chī	zhōngcān
xué	Hànyǔ
qù	Běijīng

3 S V O

◆ Nǐ zhù duōshao hào fángjiān?

你 住 多少 号 房间?

◇ 214 hào fángjiān.

[214 号 房间]。

2	lóu	234	hào
1	lóu	234	hào
5	lóu	122	hào
4	lóu	234	hào

4 S V V O O

◆ Nǐ néng gàosu wǒ nǐ de diànhuà ma?

你 能 告诉 我 [你的 电话] 吗?

◇ Kěyǐ.

可以。

- nǐ de míngzi
- nǐ de fángjiānhào
- nǐ de xìngmíng
- nǐ de zhuānyè

5 S V O

◆ Nǐ jiā de diànhuà shì duōshao?

你家的 电话 是 多少?

◇ Wǒ jiā de diànhuà shì 23 41 68 36.

我家的 电话 是 23 41 68 36。

bāngōngshì	*office*	34 65 78
dàxué		42 56 81
xuéxiào		21 24 52
gōngsī		63 24 51

6 S P O V O

◆ Nǐ gěi shéi dǎ diànhuà? - Who do you call.

你 给 谁 打 电话?

◇ Wǒ gěi wǒ péngyou dǎ diànhuà.

我 给 我 朋友 打 电话。

wǒ de tóngxué

wǒ de àirén

tā de péngyou

wǒ de lǎoshī

Grammar 语法

● S V 的 (N) V O

我 住 的 是楼房。
她 学 的 是汉语。
他 去 的 是北京。

这种由动词组成的"的"字结构是一种名词结构。
的 constructions of this kind, composed of a subject and a verb plus 的, are nominal constructions.

● S P O V O

我 给 我朋友 打 电话。
我 给 姐姐 打 电话。

介词"给"和它的宾语组成的介词结构放在动词前作状语。如:
The prepositional construction 给 ... and its object are very often used in front of the verb as an adverbial adjunct, e. g.

dǎ diànhuà 打电话
making a telephone call

liáotiānr 聊天
having a chat

kàn diànshì 看电视
watching TV

zuò fàn 做饭
cooking

Doing Something 正在做某事 21

◆ Wèi, wǒ zhǎo Xiǎo Wáng.
喂，我找小王。

◇ Wǒ jiù shì. Nǐ yǒu shénme shìr ma？
我就是。你有什么事儿吗？

◆ Lǎoshī ràng wǒ gàosù nǐ, míngtiān yǒu
老师让我告诉你，明天有
kǎoshì, kǎo yǔfǎ. Nǐ gàn shénme ne？
考试，考语法。你干什么呢？

◇ Wǒ zhèngzài kàn diànshì ne. Nǐ ne？
我正在看电视呢。你呢？

◆ Fùxí kèwén ne. Yǒu gè jùzi wǒ bù dǒng.
复习课文呢。有个句子我不懂。

◇ Nǐ wèishénme bú wèn lǎoshī ne？
你为什么不问老师呢？

◆ Wàng le. Nǐ néng gěi wǒ fānyì yíxià ma？
忘了。你能给我翻译一下吗？

◇ Dì jǐ kè？Dì jǐ yè？Dì jǐ háng？
第几课？第几页？第几行？

◆ Dì wǔ kè, dì shí yè, dì sì háng.
第五课，第十页，第四行。

◇ Wǒ yě bù dǒng. Wǒ hái méi kàn ne.
我也不懂。我还没看呢。

◆ Wèn yíxià nǐ jiějie. Ràng tā bāngzhù yíxià.
问一下你姐姐。让她帮助一下。

◇ Tā xiànzài méi shíjiān. Tā zài zuò fàn ne.
她现在没时间。她在做饭呢。

wèi	inter	*hello*
zhǎo	v	*look for*
jiù	adv	*just*
shìr	n	*thing*
ràng	v	*let, make*
kǎoshì	n	*examination*
gàn	v	*do*
ne	part	*(a modal particle)*
zhèngzài	adv	*in process of*
diànshì	n	*television*
fùxí	v	*review*
kèwén	n	*text*
jùzi	n	*sentence*
dǒng	v	*understand*
wèishénme	pro	*why*
wèn	v	*ask*
wàng	v	*forget*
fānyì	v	*translate*
dì	prefix	*(used before a numeral, e. g.* dì *1 first)*
kè	n	*lesson*
yè	n	*page*
háng	n	*line*
shíjiān	v	*time*
bāngzhù	v	*help*
zuò fàn		*do the cooking*

Substitution Drills 句型练习

1 S V O

◆ Nǐ zhǎo shéi ?

你 找 谁 ?

◇ Wǒ zhǎo Xiǎo Wáng.

我 找 小 王。

shénme	shéi
wǒ de shū	wǒ de péngyou
wǒ de dōngxī	Wáng lǎoshī
wǒ de cídiǎn	Lǐ xiǎojiě

2 S V O V O

◆ Lǎoshī ràng nǐmen gàn shénme ?

老师 让 你们 干 什么 ?

◇ Lǎoshī ràng wǒmen fùxí yǔfǎ.

老师 让 我们 复习 语法。

V		O	
yùxí	*prepare*	shēngcí	*new words*
niàn	*read*	kèwén	*text*
xiě	*write*	Hànzì	*Chinese character*
liàn	*practise*	fāyīn	*pronunciation*
tīng	*listen*	lùyīn	*record*

3 S V O 呢

◆ Nǐ gàn shénme ne ?

你 干 什么 呢?

◇ Wǒ zhèngzài kàn diànshì ne.

我 正在 看 电视 呢 。

V		O	
tīng	*listen*	yīnyuè	*music*
kàn	*read*	bào	*newspaper*
xiě	*write*	xìn	*letter*
dǎ	*make*	diànhuà	*phone*

4 O S V

◆ Zhè gè jùzi nǐ dǒng bù dǒng ?

这 个 句子 你 懂 不 懂 ?

◇ Wǒ bù dǒng.

我 不 懂。

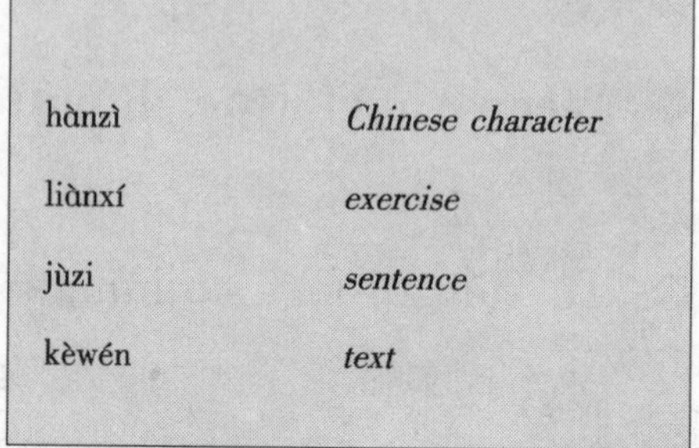

hànzì	*Chinese character*
liànxí	*exercise*
jùzi	*sentence*
kèwén	*text*

5 S V O

◆ Nǐ wèishénme bú wèn lǎoshī ne?

你 为什么 不 [问 老师] 呢?

◇ Wǒ wàng le.

我 忘 了。

V	N
mǎi	píjiǔ
ná	cídiǎn
dǎ	diànhuà
yùxí	kèwén

6 S V 第___ N

◆ Kèwén zài dì jǐ yè?

课文 在 第 几 [页]?

◇ Kèwén zài dì 10 yè.

课文 在 第 [十 页]。

Numeral	N	
2	kè	*lesson*
1	háng	*line*
15	tiān	*day*
23	yè	*page*

Grammar 语法

● S V O V O

老师 让 我 告诉 你。
妈妈 让 我 去 买东西。
她 让 我 问 你。

"让"也常用于兼语句,"让"表示要求别人做某事。如:
让 is usually used when asking someone to do something. 让 is followed immediately by the person being asked to do something, e.g.

● S 正在 V O 呢

我 正在 看 电视 呢。
我 在 打 电话 呢。
她 吃 饭 呢。

要表示动作处在进行的阶段,可在动词前加副词"正在""在"或在句尾加语气助词"呢"。如:
To show that an action is in progress, place either one of the adverbs 正在, 在 before the verb or 呢 at the end of the sentence. 在 is very often used together with 呢 to express the progressive aspect.

Duration of Time 时段 22

◆ Nǐ lái Běijīng duōcháng shíjiān le？
你 来 北京 多长 时间 了？

◇ Yǐjīng bàn gè duō yuè le.
已经 半 个 多 月 了。

◆ Zhèr de shēnghuó nǐ xíguàn le ma？
这儿 的 生活 你 习惯 了 吗？

◇ Hái méi xíguàn ne.
还 没 习惯 呢。

◆ Lái yǐqián nǐ xué guo jǐ gè yuè Hànyǔ？
来 以前 你 学 过 几 个 月 汉语？

◇ 6 gè yuè. Yígè xīngqī yǒu 3 gè xiǎoshí kè.
六 个 月。一 个 星期 有 三 个 小时 课。

◆ Nǐ dǎsuàn xuéxí duōcháng shíjiān？
你 打算 学习 多长 时间？

◇ 5 gè yuè. Wǒ cānjiā de shì duǎnqībān.
五 个 月。我 参加 的 是 短期班。

◆ Zhè běn shū nǐmen xuéwán le ma？
这 本 书 你们 学完 了 吗？

◇ Gāng kāishǐ, hái méi xuéwán ne.
刚 开始，还 没 学完 呢。

◆ Nǐmen xué dào dì jǐ kè le？
你们 学 到 第 几 课 了？

◇ Dì 8 kè. Wǒmen yì tiān xué yí kè.
第 八 课。我们 一 天 学 一 课。

◆ Lǎoshī jiǎng de bú màn, gòu kuài de.
老师 讲 得 不 慢，够 快 的。

cháng	adj	*long*
duōcháng		*how long*
yǐjīng	adv	*already*
shēnghuó	n	*life*
xíguàn	v	*be accustomed*
xiǎoshí	n	*hour*
kè	n	*courses, lesson*
dǎsuàn	v	*plan*
cānjiā	v	*take part in*
duǎnqī	n	*short-term*
bān	n	*class*
duǎnqībān		*short-term class*
wán	v	*finish*
gāng	adv	*only a short while ago*
kāishǐ	v	*begin*
dào	v	*arrive, to*
jiǎng	v	*teach, explain*
màn	adj	*slow*
gòu	adv	*enough*
kuài	adj	*fast, quick*

Substitution Drills 句型练习

1 S V O T

◆ Nǐ lái Běijīng duōcháng shíjiān le ?

你 来 北京 多长 时间 了？

◇ Yǐjīng bàn gè duō yuè le.

已经 半 个 多 月 了。

4		nián	*four years*
bàn		nián	*half a year*
3		tiān	*three days*
3	gè	yuè	*three months*
1	gè	bàn yuè	*a month and a half*
4	gè	xīngqī	*four weeks*

2 S V 过 T O

◆ Nǐ xué guo jǐ gè yuè Hànyǔ ?

你 学 过 几 个 月 汉语？

◇ 6 gè yuè.

六 个 月。

3	gè	yuè
bàn	gè	yuè
1	gè	bàn yuè
3	gè	xīngqī
2	nián	

3 S V V T

◆ Nǐ dǎsuàn xuéxí duōcháng shíjiān ?

你 打算 学习 多长 时间？

◇ 5 gè yuè.

五 个 月。

1	nián	
bàn	nián	
1	nián	bàn
2	gè	yuè
4	gè	xīngqī

4 S V T O

◆ Yí gè xīngqī yǒu jǐ gè xiǎoshí Hànyǔ kè ?

一 个 星期 有 几 个 小时 汉语 课？

◇ 3 gè xiǎoshí Hànyǔ kè.

三 个 小时 汉语 课。

1	gè	xiǎoshí
bàn	gè	xiǎoshí
1	gè	bàn xiǎoshí
50	fēnzhōng	*50 minutes*
1	kèzhōng	*a quarter*

5 O S V v

◆ Zhè běn shū nǐmen xuéwán le ma?

这 本 书 你们 学 完 了 吗？

◇ Hái méi xuéwán ne.

还 没 学 完 呢。

N	V
shū	kàn
dōngxi	mǎi
chá	hē
liànxí	zuò
fàn	chī

6 S V v O

◆ Nǐmen xué dào dì jǐ kè le?

你们 学 到 第几课 了？

◇ Dì 8 kè.

第 8 课。

V	O		
kàn	dì	3	háng
xué	dì	5	kè
niàn	dì	6	yè
fùxí	dì	5	kè

Grammar 语法

● S V O T O

我 到 北京 一个月 了。
我 学过 一年 汉语。

要说明一个动作或一种状态持续多长时间，应在动词后用时量补语。如：
A time-measure complement placed after a verb shows the duration of an action or a state, e. g.

● S Vv O

我们 学完 这本书了。
我 看完 杂志了。
我 没看完。
我们 学到 第三课了。

说明动作的结果叫结果补语。结果补语常是动词，如“完”“到”。
The resultative complement, expressed either by a verb or an adjective, indicates the resulte of an action. The resultative complement 完 is a verb, and 好 is an adjective, e. g.

● 一个多月
一年多
一个多小时

用“多”也能表示概数。代表个位数后的零头时，放在量词和名词之间，或带量词性的名词之后。如：
多 as an approximate indicator of number, may be used between a measure word and a noun, or after a measure-noun, to express the remainder of a round figure, e. g.

Result, Possibility 结果 可能 23

◆ Nǐ kàn jiàn Xiǎo Wáng le ma ?
你 看 见 小 王 了吗？

◇ Kàn jiàn le. Tā zài nàr kàn bào ne.
看 见 了。他 在 那儿 看 报 呢。

◆ Nǐ kàn de dǒng Yīngwénbào ma ?
你 看 得 懂 英文报 吗？

◇ Yǒude kàn de dǒng, yǒude kàn bù dǒng.
有的 看 得 懂， 有的 看 不 懂。

◆ Nǐ tīng de dǒng Yīngyǔ guǎngbō ma ?
你 听 得 懂 英语 广播 吗？

◇ Xiànzài hái tīng bù dǒng. Rúguó wǒ nǔlì
现在 还 听 不 懂。 如果 我 努力
xuéxí, jiānglái wǒ yídìng néng tīngdǒng.
学习， 将来 我 一定 能 听 懂。

◆ Zhè běn shū míngtiān nǐ kàn de wán ma ?
这 本 书 明天 你 看 得 完 吗？

◇ Yàoshi zuòyè bù duō, néng kan de wán.
要是 作业 不 多， 能 看 得 完。

◆ Kàn wán hòu, jiè wǒ kànkan, kěyǐ ma ?
看 完 后， 借 我 看 看， 可以 吗？

◇ Xíng . Bié diū le. Xiànzài mǎi bú dào le.
行。 别 丢 了。 现在 买 不 到 了。

◆ Fàngxīn ba. Diū bù liǎo. Xiàwǔ nǐ lái ma ?
放心 吧。 丢 不 了。 下午 你 来 吗？

◇ Xiàwǔ yǒu gè yuēhuì, kěnéng lái bù liǎo.
下午 有 个 约会， 可能 来 不 了。

jiàn	v	*see*
bào	n	*newspaper*
dǒng	v	*understand*
Yīngwén	n	*English*
guǎngbō	n	*broadcast*
rú guǒ	conj	*if*
nǔlì	adj	*try hard*
jiānglái	n	*future*
yídìng	adv	*certainly*
wán	v	*finish*
yàoshì	conj	*if*
zuòyè	n	*homework*
hòu	n	*after*
jiè	v	*lend*
kěyǐ	v	*can, possible*
bié	v	*don't*
diū	v	*lose*
fàngxīn	v	*be at ease*
liǎo	v	*can*
yuēhuì	n	*appointment*
kěnéng	adv	*maybe*

Substitution Drills 句型练习

1 S V v O

◆ Nǐ kàn jiàn Xiǎo Wáng le ma ?

你 看 见 小 王 了 吗？

◇ Kàn jiàn le.

看 见 了。

V	N
tīng	tā shuō de
kàn	wǒ de shū
kàn	lǎoshī
tīng	wǒ shuō de

2 S V 得 V O

◆ Nǐ kàn de dǒng Yīngwénbào ma ?

你 看 得 懂 英文报 吗？

◇ Wǒ kàn de dǒng.

我 看 得 懂。

V	N
tīng	yīnyuè
kàn	Zhōngwénbào
tīng	Hànyǔ
kàn	Hànyǔshū

3 O T S V 得 V

◆ Zhè běn shū jīntiān nǐ kàn de wán ma ?

这 本 书 今天 你 看 得 完 吗？

◇ Jīntiān wǒ néng kàn de wán.

今天 我 能 看 得 完。

N	V
zhè zhāng bào	kàn
zhè běn shū	xué
zuòyè	zuò
xìn	xiě
nà xiē dōngxi	chī

4 O V 得 V

◆ Zhè běn shū xiànzài mǎi de dào ma ?

这 本 书 现在 买 得 到 吗？

◇ Mǎi bú dào.

买 不 到。

N	V
zhè běn shū	mǎi
wǒ de dōngxi	zhǎo
cídiǎn	jiè
zázhì	mǎi

5 T S V得V

◆ Míngtiān nǐ lái de liǎo ma?

明天 你 来 得 了 吗?

◇ Wǒ kěnéng lái bù liǎo.

我 可能 来 不 了。

N	V
jīntiān	qù
hòutiān	lái
dōngxi	diū

6 sentence, 可以吗

◆ Nǐ de shū jiè wǒ kàn kan, kěyǐ ma?

你的书借我看看, 可以吗?

◇ Xíng.

行。

nǐ de cídiǎn jiè wǒ yòngyong
wǒmen qù Shànghǎi
wǒ míngtiān bú qù
wǒmen mǎi zhè běn shū
zánmen chī zhōngcān

Grammar 语法

● S V得/不V O

我 看 得 懂 英文书。
我 听 不 懂 汉语。
我 买 得 到 这本词典。
他 来 不 了。

可能补语是在动词和结果补语之间加"得"。否定形式将"得"换成"不"。如:

A potential complement is formed with the structural particle 得 inserted between a verb and a resultative complement. The negative form is made by replacing 得 with 不, e. g.

● 别 V O

别 丢 了。
别 买 这本书。
别 听 他说的。

"别"是"不要"的意思,常用在动词前,如:

别 means "don't" and it is placed before the verb, e. g.

chūzū qìchē 出租汽车　taxis
(1.20, 1.60 or 2.00 yuan/km)

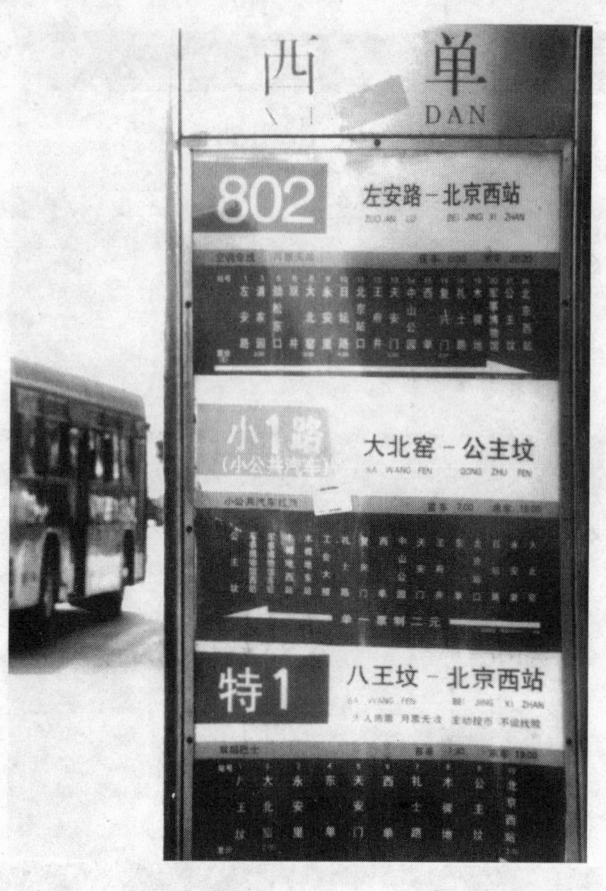

gōnggòng qìchē zhànpái 公共汽车站牌
a bus stop sign

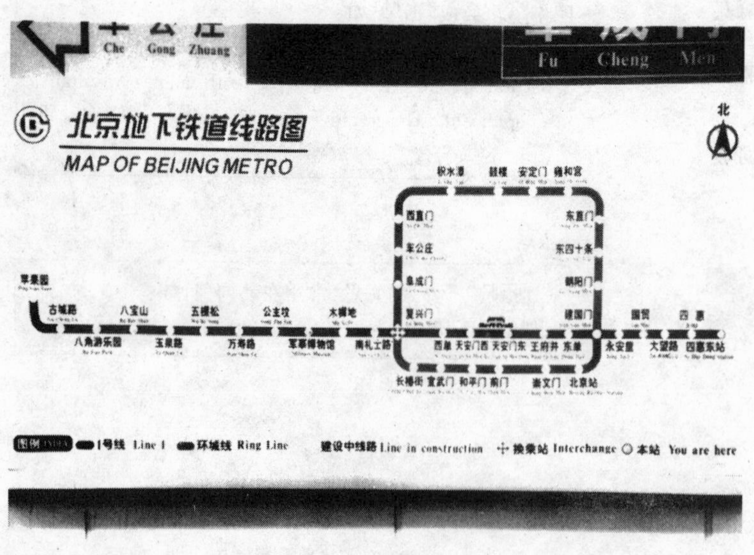

dìtiě lùxiàn tú 地铁路线图
the map of Beijing subway

dǐtiě biāozhì　地铁标志
the sign of subway stops

Means of Transportation 交通工具 24

◆ Měitiān nǐ zěnme lái jiàoshì shàng kè ?

每天 你 怎么 来 教室 上 课？

◇ Wǒ zǒu zhe lái. Nǐ ne ?

我 走 着 来。你 呢？

◆ Wǒ qí chē lái. Wǒ mǎile liàng zìxíngchē.

我 骑 车 来。 我 买了 辆 自行车。

◇ Zuótiān nǐ qù nǎr le ?

昨天 你 去 哪儿了？

◆ Wǒ jìn chéng wánr qù le.

我 进 城 玩儿 去 了。

◇ Nǐ yě shì qí chē qù de ma ?

你 也 是 骑 车 去 的 吗？

◆ Bù, wǒ shì zuò chūzū qìchē qù de.

不，我 是 坐 出租 汽车 去 的。

◇ Nǐ zěnme bú zuò gōnggòng qìchē ya ?

你 怎么 不 坐 公共 汽车 呀？

◆ Chēshàng rén tài duō, érqiě yòu tài màn.

车 上 人 太 多， 而且 又 太 慢。

◇ Nǐ kěyǐ zuò dìtiě huòzhě kāi chē qù ya ?

你 可以 坐 地铁 或者 开 车 去 呀？

◆ Nàr méi dìtiězhàn. Wǒ bú huì kāi chē.

那儿 没 地铁站。 我 不 会 开 车。

◇ Nǐ zuò fēijī háishì zuò huǒchē qù Dàlián ?

你 坐 飞机 还是 坐 火车 去 大连？

◆ Wǒ dǎsuàn zuò fēijī qù, zuò chuán huílai.

我 打算 坐 飞机 去，坐 船 回来。

zěnme	pro	*how*
jiàoshì	n	*classroom*
zǒu	v	*walk*
zhe	part	*(a verbal particle)*
qí	v	*ride*
chē	n	*bicycle*
liàng	m	*(a measure word)*
zìxíngchē	n	*bicycle*
le	part	*(a modal particle)*
jìn	v	*enter, go into*
chéng	n	*town, city*
wánr	v	*play, have fun*
zuò	v	*sit, travel by*
qìchē	n	*automobile*
chūzū qìchē	n	*taxi, taxicab*
gōnggòng qìchē	n	*bus*
chēshang	n	*on the bus*
érqiě	conj	*and also*
yòu	adv	*also, again*
dìtiě	n	*subway, metro*
huòzhě	conj	*or*
kāi	v	*drive*
dìtiězhàn	n	*railway station*
fēijī	n	*aeroplane*
huǒchē	n	*train*
chuán	n	*boat*
huílai	v	*return, go back*

Substitution Drills 句型练习

1 S v___ V O V O

◆ Nǐ zěnme lái jiàoshì shàng kè?

你 怎么 来 教室 上 课？

◇ Wǒ zǒuzhe lái.

我 走着 来。

V	N	V
qí	zìxíngchē	qù
zuò	qìchē	lái
kāi	chē	huílái
zuò	huǒchē	huíqù

2 T S V O 了

◆ Zuótiān nǐ qù nǎr le?

昨天 你 去 哪儿了？

◇ Wǒ jìn chéng wánr qù le.

我 进 城 玩 去了。

qù	shāngdiàn	
qù	yínháng	
kàn	diànyǐng	qù
mǎi	dōngxi	qù
jiè	shū	qù

3 S 是 V O V 的

◆ Nǐ shì qí chē qù de ma?

你 是 骑 车 去 的 吗？

◇ Bù, wǒ shì zuò qìchē qù de.

不，我 是 坐 汽车 去 的。

V	N	
zuò	diànchē	*trolleybus, tram*
zuò	dìtiě	
qí	zìxíngchē	
kāi	chē	
zuò	fēijī	

4 S V O 还是 V O V

◆ Nǐ zuò fēijī háishì zuò huǒchē qù?

你 坐 飞机 还是 坐 火车 去？

◇ Wǒ dǎsuàn zuò fēijī qù.

我 打算 坐 飞机 去。

N	N
dìtiě	diànchē
huǒchē	qìchē
fēijī	chuán
diànchē	gōnggòng qìchē

5 S V V O

◆ Nǐ huì kāi chē ma?

你 会 开 车 吗?

◇ Wǒ bú huì kāi chē.

我 不 会 开 车。

S	V	
tā	kāi	qìchē
nǐ péngyou	kāi	qìchē
tā bàba	kāi	fēijī

6 S V O

◆ Nǐ zěnme bú zuò qìchē ya?

你 怎么 不 坐 汽车 呀?

◇ Yīnwèi zuò qìchē tài màn.

因为 坐 汽车 太 慢。

qìchēpiào	*bus ticket*	guì	
huǒchēpiào	*train ticket*	guì	
qìchēzhàn	*bus station*	yuǎn	*far*
huǒchēzhàn	*railway station*	yuǎn	
fēijīchǎng	*airport*	yuǎn	

guójì jīchǎng - International Airport

Grammar 语法

● S VO V O

你 怎么 去上班?
我 坐汽车 来教室。
我 骑车 回来。
他 开车 去。

有一种连动句，前一个动词结构表示的是后一个动词的方式，如：
There is a kind of sentence in which the first verb modifies the manner of the action expressed by the second verb, e. g.

● S V了 O

我 买 了 一 辆 自行车。
他 喝 了 两 杯 茶。

在动词后的"了"是动态助词，表示动作的已经实现，如：
When preceded by a verb, the verbal particle 了 indicates that an action has already been taken, e. g.

● T S VO 了

昨天 你 去 哪儿了?
我 去 商店了。
昨天 我 没 去 商店。

在句尾加语气助词"了"表示情况的变化，否定在动前用"没"，如：
When the modal particle 了 is added at the end of a sentence, it indicates changed circumstances. The negative form is made by putting 没(有) before the verb and 了 is omitted, e. g.

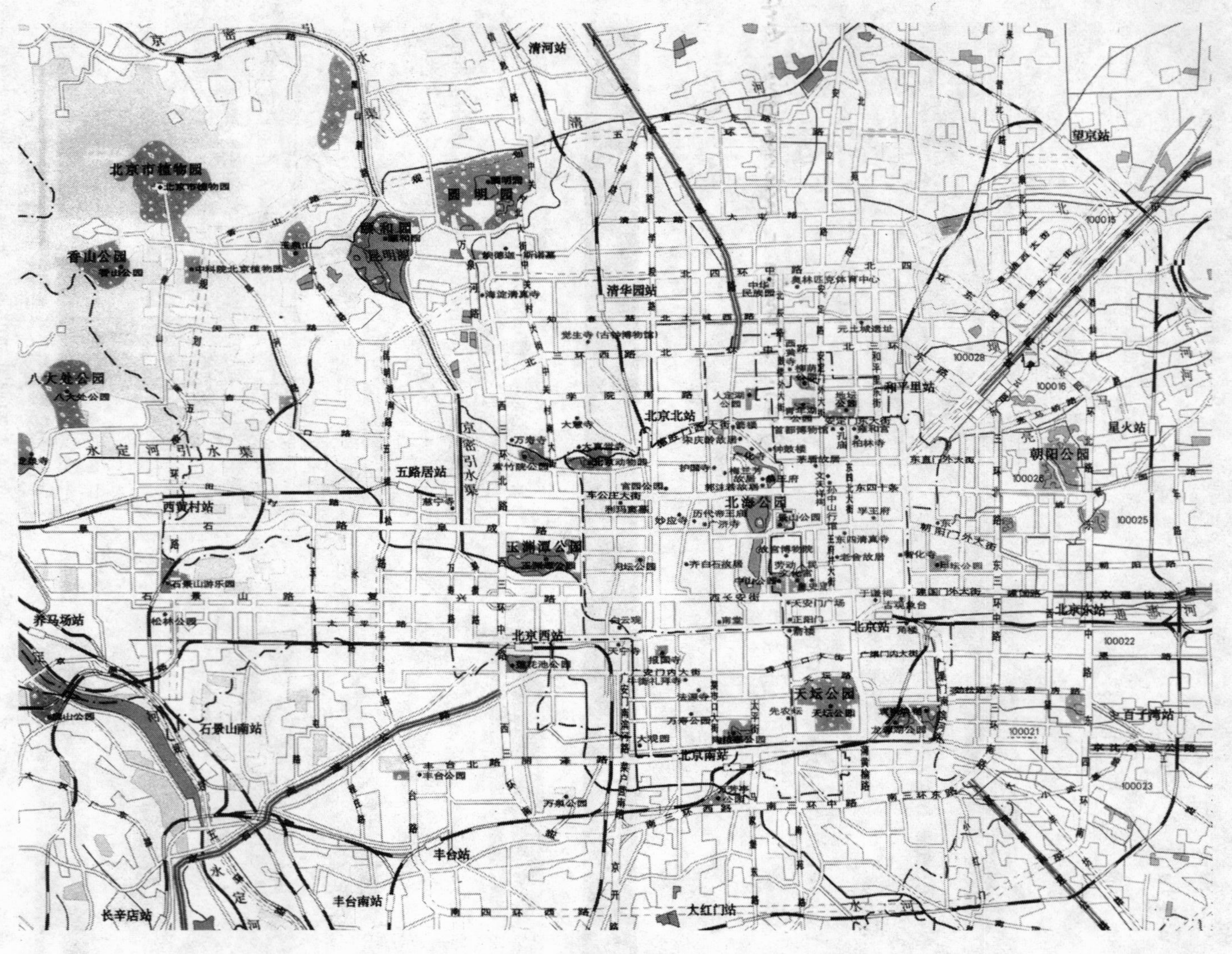

Běijīng shìqū lǚyóu jiāotōng tú 北京市区旅游交通图 a city map of Beijing

◆ Qiáo, shéi zuò zài Xiǎo Mǎ yòubian ne ?
瞧，　谁　坐　在　小　马　右边　呢？

◇ Lǎo Lǐ. Kàn jiàn wǒ de jiāotōngtú le ma ?
老　李。看　见　我　的　交通图　了　吗？

◆ Kànjiàn le, zài zhuōzi shàngbian ne.
看　见　了，在　桌子　上边　呢。

◇ Nǐ zhīdào Tiān'ānmén zài nǎr ma ?
你　知道　天安门　在　哪儿　吗？

◆ Zài shì zhōngxīn. Zhè jiù shì Tiān'ānmén.
在　市　中心。　这　就　是　天安门。

◇ Gùgōng shì bú shì zài tā běibian ?
故宫　是　不　是　在　它　北边？

◆ Duì, Gùgōng zài Tiān'ānmén běibian.
对，　故宫　在　天安门　北边。

◇ Shǒudū Tǐyùguǎn zài shénme dìfang ?
首都　体育馆　在　什么　地方？

◆ Zài dòngwùyuán hé túshūguǎn zhōngjiān.
在　动物园　和　图书馆　中间。

◇ Huǒchēzhàn fùjìn yǒu méi yǒu fànguǎnr ?
火车站　附近　有　没　有　饭馆儿？

◆ Yǒu. Kěyǐ shuō, dàochù shì fànguǎnr.
有。可以　说，　到处　是　饭馆儿。

◇ Chēzhàn duìmiàn shì shénme dìfang ?
车站　对面　是　什么　地方？

◆ Yí gè fàndiàn, qiánbian shì tíngchēchǎng.
一个　饭店，　前边　是　停车场。

qiáo	v	*look*
zuò	v	*sit*
yòubian	n	*the right side*
lǎo	adj	*old*
jiāotōngtú	n	*traffic map*
zhuōzi	n	*table*
shàngbian	n	*up, upward*
Tiān'ānmén	n	*(place name)*
shì	n	*city*
zhōngxīn	n	*centre*
jiù	adv	*just*
Gùgōng	n	*the Forbidden City*
tā	pro	*it*
duì	adj	*yes, right, just*
běibian	n	*north*
shǒudū	n	*capital*
tǐyùguǎn	n	*gymnasium*
dòngwùyuán	n	*zoo*
túshūguǎn	n	*library*
zhōngjiān	n	*between*
huǒchēzhàn	n	*train station*
fùjìn	n	*nearby*
kěyǐ shuō		*you can say*
dàochù	n	*everywhere*
duìmiàn	n	*opposite*
qiánbian	n	*in front*
tíngchēchǎng	n	*parking lot*

Substitution Drills 句型练习

1 S V v O

◆ Nǐ zuò zài nǎr?

你 坐 在 哪儿？

◇ Wǒ zuò zài tā yòubian.

我 坐 在 他 右边。

N	N	
tā	zuǒbian	*the left side*
Xiǎo Lǐ	yòubian	*the right side*
tā	hòubian	*behind*
lǎoshī	qiánbian	*in front*
tā	pángbiān	*side*
nǐ	duìmiàn	*opposite*

2 S V O

◆ Wǒ de jiāotōngtú zài nǎr ne?

我 的 交通图 在 哪儿 呢？

◇ Tā zài zhuōzi shàngbian ne.

它 在 桌子 上边 呢。

N	N	
shū	xiàbian	*under, down*
zhuōzi	shàngbian	*up, upward*
fáng jiān	wàibian	*outside*
jiàoshì	lǐbian	*inside*

3 S V (S V O)

◆ Nǐ zhīdào Tiān'ānmén zài nǎr ma?

你 知道 天安门 在 哪儿 吗？

◇ Zhīdào, zài shì zhōngxīn.

知道， 在 市 中心。

N	
fēijīchǎng	*airfield*
huǒchēzhàn	*train station*
tǐyùguǎn	*gymnasium*
túshūguǎn	*library*
gōngyuán	*park*

4 S 是不是 V O?

◆ Gùgōng shì bú shì zài tā běibian?

故宫 是 不 是 在 它 北边？

◇ Duì, Gùgōng zài Tiān'ānmén běibian.

对， 故宫 在 天安门 北边。

N	N	
dìtiězhàn	dōngbian	*east*
huǒchē	xībian	*west*
fàndiàn	nánbian	*south*
yínháng	běibian	*north*

5 S V O

◆ Chēzhàn fùjìn yǒu méi yǒu fànguǎnr?

车站 附近 有 没 有 饭馆儿？

◇ Yǒu.

有。

N	N	
fēijīchǎng	zhōuwéi	*around*
shāngdiàn	fùjìn	*nearby*
fàndiàn	duìmiàn	*opposite*
shì	zhōngxīn	*centre*

6 S V O

◆ Chēzhàn duìmiàn shì shénme dìfang?

车站 对面 是 什么 地方？

◇ Shì yí gè fàndiàn.

是 一 个 饭店。

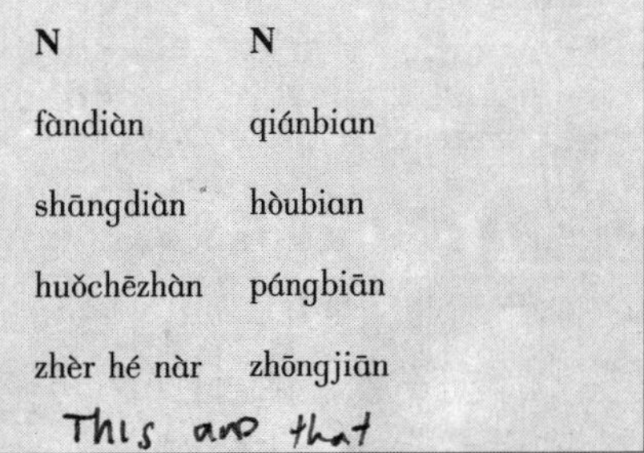

N	N
fàndiàn	qiánbian
shāngdiàn	hòubian
huǒchēzhàn	pángbiān
zhèr hé nàr	zhōngjiān

This and that

Grammar 语法

● S V n n

故宫 在 天安门 北边。
书 在 桌子 上边。
我 在 他 右边。
他 在 我和她 中间。

动词“在”表示存在，这种句子的主语通常是存在的人或事物，宾语是表示方位和处所的名词，如：
In a sentence with 在 indicating existence, the subject is usually the person or thing concerned and the object is usually a noun denoting position or place.

● n n V O

车站 附近 有 很多饭馆。
饭店 对面 是 停车场。

用“有”和“是”表示存在的句子，句子主语通常是表示方位、处所的名词，宾语是存在的人或物，如：
In a sentence with 有 and 是 indicating existence the subject is usually a noun denoting position or place and the object is the person or thing concerned.

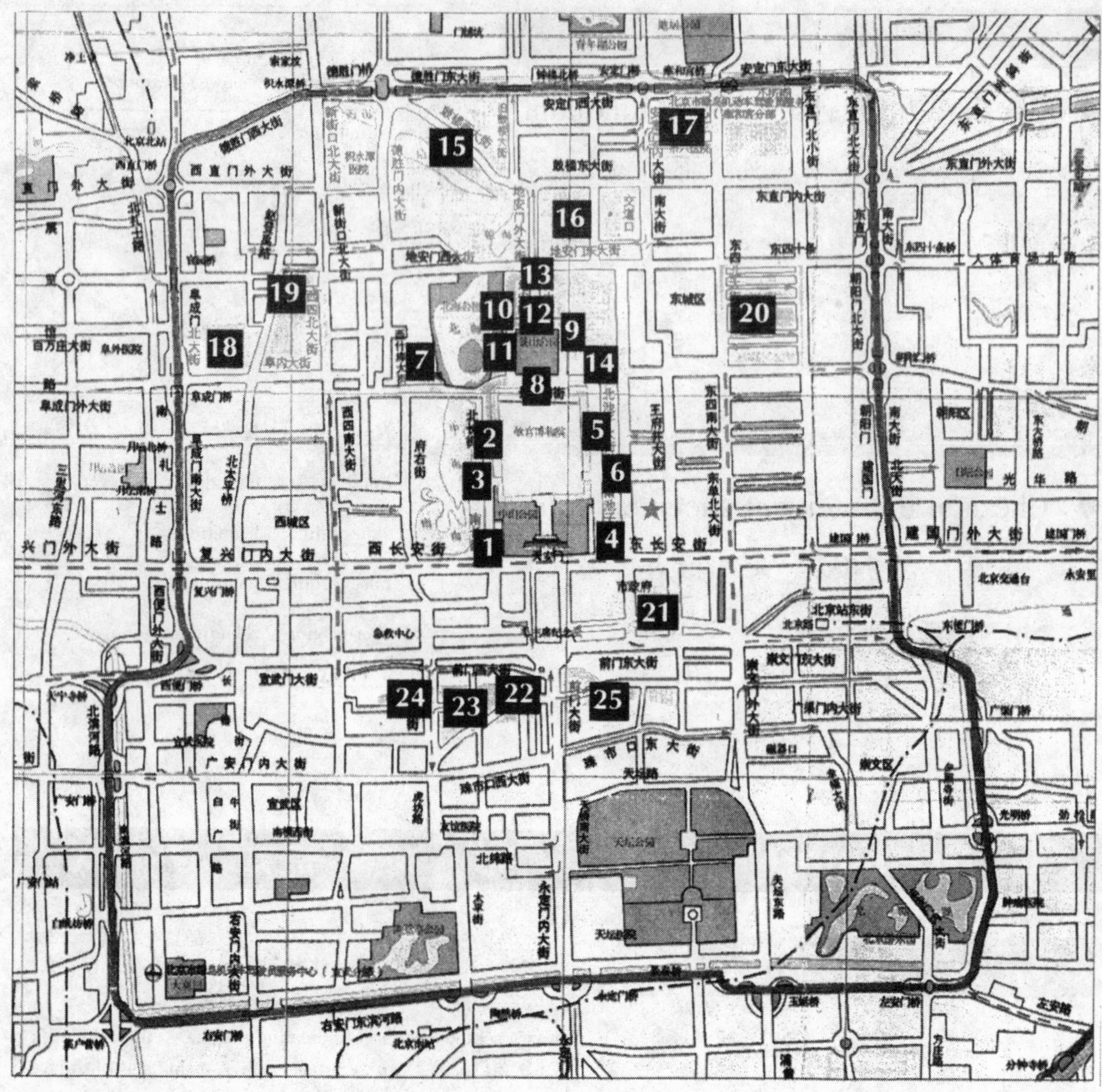

1. Náncháng Jiē 南长街
2. Běicháng Jiē 北长街
3. Xīhuámén Dàjiē 西华门大街
4. Nánchízi 南池子
5. Běichízi 北池子
6. Dōnghuámén Dàjiē 东华门大街
7. Wénjīn Jiē 文津街
8. Jǐngshān Qiánjiē 景山前街
9. Jǐngshān Dōngjiē 景山东街
10. Jǐngshān Xījiē 景山西街
11. Zhìshānmén Jiē 陟山门街
12. Jǐngshān Hòujiē 景山后街
13. Dì'ānmén Dàjiē 地安门大街
14. Wǔsì Dàjiē 五四大街
15. Shíshàhǎi dìqū 什刹海地区
16. Nán Luógǔxiàng 南锣鼓巷
17. Guózǐjiàn dìqū 国子监地区
18. Fùchéngménnèi Dàjiē 阜成门内大街
19. Xīsì běi Yītiáo zhì Bātiáo 西四北一条至八条
20. Dōngsì běi Sāntiáo zhì Bātiáo 东四北三条至八条
21. Dōngjiāomínxiàng 东交民巷
22. Dàshālànr dìqū 大栅栏儿地区
23. Dōng Liúlichǎng 东琉璃厂
24. Xī Liúlichǎng 西琉璃厂
25. Xiānyúkǒu dìqū 鲜鱼口地区

Běijīng jiù chéng lìshǐ wénhuà bǎohù qū fēnbù tú

北京旧城历史文化保护区分布图

Places of historical and cultural interest in the old city the Beijing

◆ Yíhéyuán lí zhèr yuǎn bù yuǎn ?
颐和园 离这儿 远 不 远?

◇ Bù yuǎn, hěn jìn, jiù zài Běi Dà xībian.
不 远, 很 近, 就 在 北 大 西边。

◆ Cǒng zhèr dào Běi Dà yǒu duō yuǎn ?
从 这儿 到 北 大 有 多 远?

◇ Dàyuē yǒu 5 gōnglǐ.
大约 有 五 公里。

◆ Kāi chē yào yòng duō cháng shíjiān ?
开 车 要 用 多 长 时间?

◇ Yàoshì bù dǔ chē dehuà, yòng bù liǎo bàn gè xiǎoshí.
要是 不 堵 车 的话, 用 不 了 半 个 小时。

◆ Qǐng wèn, qù Yíhéyuán zěnme zǒu ?
请 问, 去 颐和园 怎么 走?

★ Yìzhí wǎng qián zǒu, dào shízì lùkǒu xiàng yòu guǎi, zǒu 5 fēnzhōng jiù dào le.
一直 往 前 走, 到 十字 路口 向 右 拐, 走 五 分钟 就 到 了。

◆ Láojià, zhèr néng tíng chē ma ?
劳驾, 这儿 能 停 车 吗?

△ Bù xíng . Guòle dì yī gè hónglǜdēng kěyǐ.
不 行。 过了 第 一 个 红绿灯 可以。

◆ Hǎo, jiù tíng zài zhèr ba. Wǒ xià chē.
好, 就 停 在 这儿 吧。 我 下 车。

Yíhéyuán	n	*the Summer Palace*
lí	prep	*from*
yuǎn	adj	*far away*
jìn	adj	*near*
Běi Dà	n	*Beijing University*
cóng	prep	*from*
dào	prep	*to*
duōyuǎn	pro	*how far*
dàyuē	adv	*about*
gōnglǐ	n	*kilometre*
yào	v	*need*
dǔchē	v	*traffic jam*
dehuà		*if*
yòng bù liǎo		*needn't so much*
qǐng wèn		*Excuse me*
yìzhí	adv	*straight*
wǎng	prep	*in the direction of*
qián	n	*forward, ahead*
shízì	n	*cross*
lùkǒu	n	*crossroads*
xiàng	prep	*to, in the direction of*
guǎi	v	*turn*
láojià		*Excuse me*
tíng	v	*stop*
guò	v	*pass*
hónglǜdēng	n	*traffic light*
xià	v	*go down, get off*

Substitution Drills 句型练习

1 A 离 B adj

◆ Yíhéyuán lí zhèr yuǎn bù yuǎn ?

颐和园 离 这儿 远 不 远?

◇ Bù yuǎn.

不 远。

N	N
Zhōngguó	Měiguó
shāngdiàn	yínháng - Bank
fēijīchǎng	huǒchēzhàn
túshūguǎn	shūdiàn

2 从 A 到 B V O

◆ Cóng zhèr dào Běi Dà yǒu duō yuǎn ?

从 这儿 到 北 大 有 多 远?

◇ Dàyuē yǒu 5 gōnglǐ.

大约 有 五 公里。

5	gōnglǐ	*kilometre*
100	mǐ	*metre*
20	gōnglǐ	
500	mǐ	
200	gōnglǐ	

3 V O V V T

◆ Kāi chē yào yòng duō cháng shíjiān ?

开 车 要 用 多 长 时间?

◇ (Yòng bù liǎo) bàn gè xiǎoshí.

用/不 了 半 个 小时。

Needn't so much

V N	T	
zǒu lù	1	gè xiǎoshí
zuò qìchē	10	fēnzhōng
kāi chē	1	kèzhōng - 1 quarter
zuò dìtiě	bàn	gè xiǎoshí
qí chē	10	fēnzhōng

4 V O P O V

◆ Qù Yíhéyuán zěnme zǒu ?

去 颐和园 怎么 走?

◇ Yìzhí wǎng qián zǒu.

一直 往 前 走。

N	N	
Tiān'ānmén	dōng	*east*
huǒchēzhàn	xī	*west*
fàndiàn	nán	*south*
yínháng	běi	*north*

5 V O P O V

◆ Dào shízì lùkǒu xiàng nǎ biān guǎi ?

到 十字路口 向 哪 边 拐?

◇ Xiàng yòu guǎi.

向 右 拐。

N	N
hónglǜdēng	zuǒ
fēijīchǎng	yòu
fàndiàn	dōng
Běi Dà	běi

6 V T adv V

◆ Zài zǒu duōcháng shíjiān jiù dào le ?

再 走 多长 时间 就 到 了?

◇ Zài zǒu 10 fēnzhōng jiù dào le.

再 走 十 分钟 就 到 了。

5	fēnzhōng
10	fēnzhōng
1	kèzhōng
bàn	gè xiǎoshí

Grammar 语法

● A 离 B adj

介词"离"的用法举例:
Usage of the preposition 离, e. g.

颐和园 离 这儿 很远。
北京 离 天津 不远。

● 多 adj

副词"多"常放在单音节形容词"远""长""大"等前边,用来询问程度。如:
The adverb 多 often goes before monosyllabic adjectives such as 远, 长,大 to ask about degree or extent, e. g.

多 远
多 长 时间
多 大

Shíyuè de Tiān'ānmén 十月的天安门

Tian' anmen Square in October

Chángchéng dōng xuě 长城冬雪

the Great Wall after snowfall

Climate, Weather 季节 天气 27

◆ Xià yǔ le. Míngtiān tiānqì zěnmeyàng ?

下雨 了。 明天 天气 怎么样?

◇ Tiānqì yùbào shuō: míngtiān shì qíngtiān.

天气 预报 说: 明天 是 晴天。

◆ Míngtiān yǒu fēng ma? Lěng bù lěng ?

明天 有 风 吗? 冷 不 冷?

◇ Yǒu fēng. Zǎoshang yǒudiǎnr liáng.

有 风。 早上 有点儿 凉。

◆ Míngtiān de qìwēn shì duōshao dù ?

明天 的 气温 是 多少 度?

◇ Zuì gāo wēndù shì 5 dù, zuì dī líng xià yī dù.

最 高 温度 是 5度, 最 低 零 下 1 度。

◆ Běijīng dōngtiān lěng bǔ lěng ?

北京 冬天 冷 不 冷?

◇ Lěng jíle. Yǒushíhou xià xuě.

冷极了。 有时候 下 雪。

◆ Xiàtiān rè ma ? Jīngcháng xià yǔ ma ?

夏天 热 吗? 经常 下 雨 吗?

◇ Hěn rè, 7 , 8 yuè chángcháng xià dà yǔ.

很 热,七、八 月 常常 下 大 雨。

◆ Chūntiān hé qiūtiān zěnmeyàng ?

春天 和 秋天 怎么样?

◇ Chūntiān cháng guā dà fēng, érqiě kōngqì gānzào. Qiūtiān liángkuài, bù lěng yě bú rè.

春天 常 刮 大 风, 而且 空气 干燥。 秋天 凉快, 不 冷 也不热。

yǔ	n	*rain*
xià yǔ	v	*raining*
tiānqì	n	*weather*
zěnmeyàng	pro	*how*
yùbào	n	*forecast*
qíngtiān	n	*a sunny day*
fēng	n	*wind*
lěng	adj	*cold*
liáng	adj	*cool*
qìwēn	n	*air temperature*
dù	m	*degree*
gāo	adj	*high*
wēndù	n	*temperature*
dī	adj	*low*
líng	n	*zero*
língxià		*below zero*
dōngtiān	n	*winter*
jíle	suffix	*extremely*
xià xuě	v	*snowing*
xiàtiān	n	*summer*
chūntiān	n	*spring*
qiūtiān	n	*autumn*
guā fēng	v	*blowing*
érqiě	conj	*but also*
kōngqì	n	*air*
gānzào	adj	*dry*
liángkuài	adj	*nice and cool*

Substitution Drills 句型练习

1 S S adj

◆ Míngtiān tiānqì zěnmeyàng ?

明天 天气 怎么样?

◇ Míngtiān tiānqì hěn hǎo.

明天 天气 很好。

N	adj
jīntiān	bù hǎo
zuótiān	fēicháng hǎo
hòutiān	bú tài hǎo
qiántiān	bú cuò

2 S adj

◆ Míngtiān lěng bù lěng ?

明天 冷 不 冷 ?

◇ Míngtiān hěn lěng.

明天 很 冷。

adj	
rè	*hot*
liáng	*cool*
liángkuài	*nice and cool*
nuǎnhuo	*warm, nice and warm*

3 S V O

◆ Míngtiān yǒu fēng mɑ ?

明天 有 风 吗?

◇ Míngtiān yǒu fēng.

明天 有 风。

N	
yǔ	*rain*
xuě	*snow*
tàiyáng	*sun*
wù	*fog*
fēng	*wind*

4 S V O

◆ Míngtiān shì qíngtiān mɑ ?

明天 是 晴天 吗?

◇ Míngtiān shì qíngtiān.

明天 是 晴天。

N	
yīntiān	*a cloudy day*
qíngtiān	*a sunny day*
hǎotiān	*a sunny day*

5 T V O

◆ Dōngtiān xià xuě ma ?

冬天 下雪 吗?

◇ Yǒushíhou xià xuě.

有时候 下雪。

N	V	N
xiàtiān	xià	yǔ
chūntiān	guā	fēng - Blowing wind
qiūtiān	xià	yǔ
dōngtiān	guā	fēng

6 S V O

◆ Míngtiān de qìwēn shì duōshao dù ?

明天 的 气温 是 多少 度?

◇ Zuì gāo wēndù shì 5 dù.

最 高 温度 是 5 度。

adj	m
dī - low	-5 dù
gāo - high	10 dù
dī	23 dù
gāo	35 dù

língxià

Grammar 语法

● S adj 极了

"极了"在形容词后。如:
极了 is placed after adjectives, e. g.

天气 冷 极了。
今天 热 极了。
东西 贵 极了。

● S 不 adj/V 也不 adj/V

"不…也不…"结构可以连接两个形容词,也可以连接两个动词,如:
The structure 不... 也不... can link up two adjectives and it can link two verbs too, e. g.

今天 不 冷 也不 热。
法国 不 大 也不 小。
我 不 喝酒 也不 吸烟。

● S S adj

由主谓结构作谓语的句子叫主谓谓语句。如:
A sentence in which a subject-predicate construction serves as the main element of its predicate is known as a sentence with a subject-predicate construction as its predicate, e. g.

春天 空气 干燥。
夏天 天气 很热。
北京 冬天 很冷。

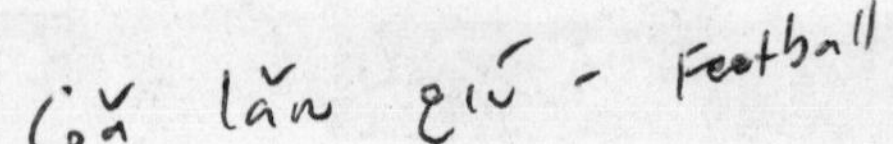

dǎ gāo'ěrfūqiú
打高尔夫球

tī zúqiú
踢 足球

dǎ tàijíquán
打太极拳

dǎ pīngpāngqiú
打　乒乓球

tóu lánqiú
投　篮球

Bīng

huá bīng
滑　冰

yóu yǒng
游　泳

Bǒng Eú

◆ Nǐ měitiān duànliàn shēntǐ ma?
你 每天 锻炼 身体 吗?

◇ Duànliàn. Wǒ hěn xǐhuān yùndòng.
锻炼。 我 很 喜欢 运动。

◆ Nǐ zuì xǐhuān shénme yùndòng?
你 最 喜欢 什么 运动?

◇ Wǒ zuì xǐhuān dǎ lánqiú hé yóuyǒng.
我 最 喜欢 打 篮球 和 游泳。

◆ Nǐ lánqiú dǎ de zěnmeyàng?
你 篮球 打 得 怎么样?

◇ Dǎ de hái kěyǐ, yóuyǒng yě yóu de búcuò.
打 得 还可以, 游泳 也 游 得 不错。

◆ Nǐ huì tī zúqiú ma?
你 会 踢 足球 吗?

◇ Bú huì, kěshì wǒ xǐhuān kàn zúqiú bǐsài.
不 会, 可是 我 喜欢 看 足球 比赛。

◆ Nǐ shì qiúmí ba?
你 是 球迷 吧?

◇ Duì, měi gè xīngqītiān dōu qù tǐyùchǎng.
对, 每 个 星期天 都 去 体育场。

Rúguǒ mǎi bú dào piào, jiù kàn diànshì.
如果 买 不 到 票, 就 看 电视。

◆ Qiúpiào guì ma? Duōshao qián yì zhāng?
球票 贵 吗? 多少 钱 一 张?

◇ Bú guì, chàbùduō 20 kuài qián zuǒyòu.
不 贵, 差不多 20 块 钱 左右。

duànliàn	v	*take exercise*
shēntǐ	n	*body*
yùndòng	n	*sports, exercise*
dǎ	v	*play*
lánqiú	n	*basketball*
yóu	v	*swim*
yǒng	v	*swim*
hái kěyǐ		*not bad*
tī	v	*kick, play*
zúqiú	n	*football*
kěshì	conj	*but*
bǐsài	n	*match*
qiúmí	n	*a soccer fan*
duì	adj	*right, yes*
tǐyùchǎng	n	*stadium*
rúguǒ	conj	*if*
piào	n	*ticket*
qiúpiào	n	*football ticket*
chàbùduō	adv	*almost*
zuǒyòu	n	*about, or so*

Substitution Drills 句型练习

1 S V O

◆ Nǐ xǐhuān shénme yùndòng?

你 喜欢 什么 运动？

◇ Wǒ xǐhuān dǎ lánqiú.

我 喜欢 [打 篮球]。

V	N	
dǎ	páiqiú	*volleyball*
dǎ	wǎngqiú	*tennis*
dǎ	gāo'ěrfūqiú	*golf*
dǎ	pīngpāngqiú	*ping-pong*

gāo ěrfū - Golf

2 S O V de adj

◆ Nǐ lánqiú dǎ de zěnmeyàng?

你 [篮球] [打] 得 怎么样？

◇ Wǒ lánqiú dǎ de hái kěyǐ.

我 [篮球] [打] 得 还 可以。

N		V
bǎolíngqiú	*bowling*	dǎ
yǔmáoqiú	*badminton*	dǎ
zúqiú	*football*	tī
yóuyǒng	*swim*	yóu

3 S VV O

◆ Nǐ huì tī zúqiú ma?

你 会 [踢 足球] 吗？

◇ Wǒ bú huì tī zúqiú.

我 不 会 [踢 足球]。

V	N	
dǎ	lánqiú	
dǎ	páiqiú	
yóu	yǒng	
huá	bīng	*skating*
huá	xuě	*skiing*

4 S V V O

◆ Nǐ xǐhuān kàn shénme bǐsài?

你 喜欢 看 什么 比赛？

◇ Wǒ xǐhuān kàn zúqiú bǐsài.

我 喜欢 看 [足球] 比赛。

N	
tiánjìng	*track and field*
lánqiú	
yóuyǒng	
chángpǎo	*long-distance running*
duǎnpǎo	*short-distance running*

5 S V O

◆ Nǐ shì qiúmí ba?

你 是 [球迷] 吧？

◇ Duì, wǒ shì qiúmí.

对， 我 是 [球迷]。

N	
zúqiúmí	*football fan*
lánqiúmí	*basketball fan*
shūmí	*avid reader, bookworm*
diànyǐngmí	*film fan*

6 S adj

◆ Qiúpiào guì ma?

[球票] 贵 吗？

◇ Qiúpiào bú guì.

[球票] 不 贵。

N	
zúqiúpiào	*football ticket*
diànyǐngpiào	*film ticket*
fēijīpiào	*plane ticket*
huǒchēpiào	*train ticket*

Grammar 语法

● S O V 得 adj

复习带程度补语的句式。如：
Review the sentences composed with the complement of degree, e. g.

你 篮球 打 得怎么样？
我 篮球 打 得不错。

● S V 得/不 V O

复习带可能补语的句式。如：
Review the sentences composed with the potential complement, e. g.

我 买 不 到 球票。
他 买 得 到 球票。

● 如果……就……

连词"如果……就……"的用法举例。
如果 ... 就 ... occurs in conditional complex sentences, e. g.

我如果买不到球票，就看电视。
如果天气不好，就不去。

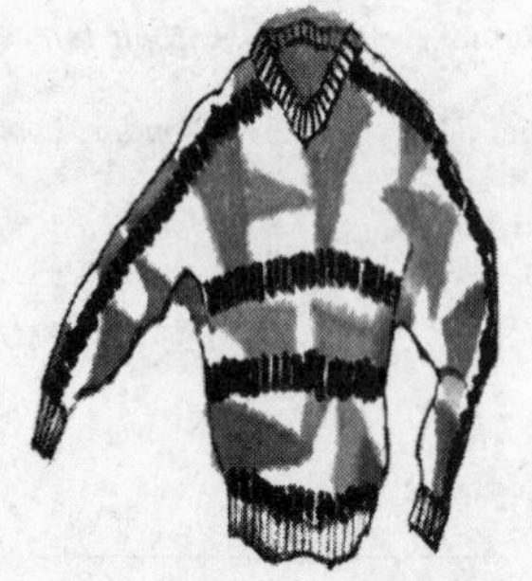

shòu máoyī 瘦毛衣
a tight-fitting sweater

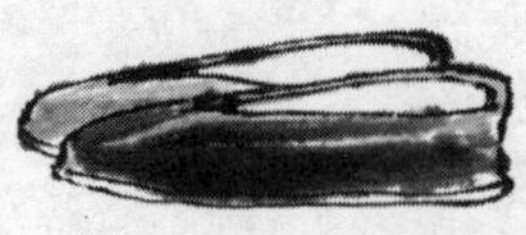

dān bùxié 单布鞋
simple cloth shoes

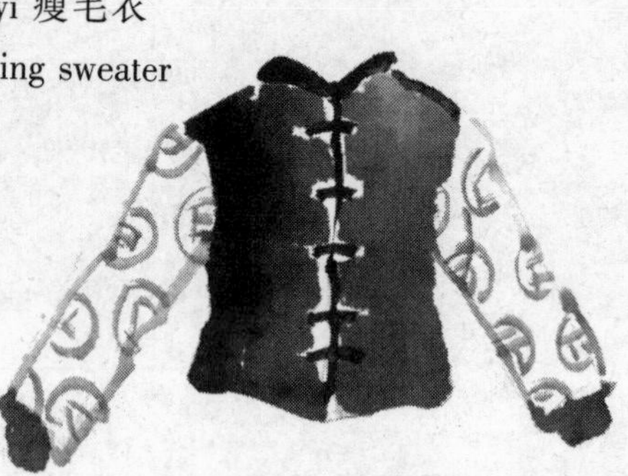

báo wàiyī 薄外衣
unlined coat

hòu dàyī 厚大衣
a heavy overcoat

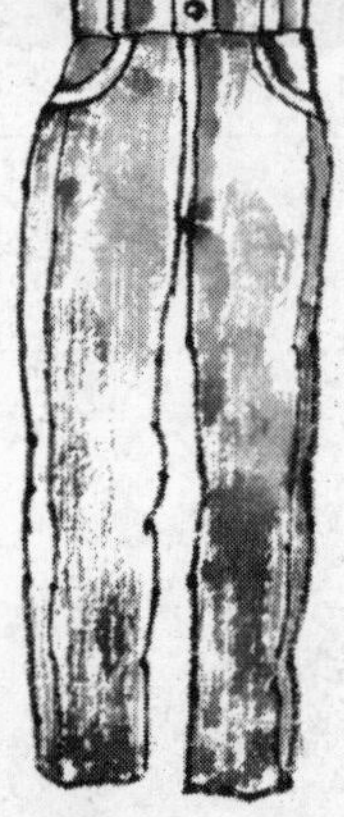

cháng kù 长裤
a pair of trousers

duǎn qún 短裙
a short skirt

dà xuēzi 大靴子
big boots

xiǎo màozi 小帽子
a small cap

◆ Wǒ xiǎng gěi háizi mǎi jiàn yīfu.
我 想 给 孩子 买 件 衣服。

◇ Nín xiǎng mǎi shénme yàng de ?
您 想 买 什么 样 的？

◆ Nàyàng de. Zhè jiàn gēn nà jiàn yíyàng ma ?
那样 的。这 件 跟 那 件 一样 吗？

◇ Bù yíyàng. Zhè shì jìnkǒu de, Yìdàlì de.
不 一样。 这 是 进口 的， 意大利 的。

◆ Zhè jiàn gēn nà jiàn yíyàng dà ma ?
这 件 跟 那 件 一样 大 吗？

◇ Yíyàng dà, dōu shì zhōnghào de. Nǐ háizi bǐ nǐ gāo ma ? Zhǎng de pàng bú pàng ?
一样 大，都 是 中号 的。你 孩子 比 你 高 吗？ 长 得 胖 不 胖？

◆ Wǒ yì mǐ 68. Tā bǐ wǒ gāo 5 gōngfēn. Tā zhǎng de méi yǒu wǒ pàng, bǐ wǒ shòu de duō. Tā chuān zhōnghào de xiǎo diǎnr.
我 1 米 68。他 比 我 高 5 公分。 他 长 得 没 有 我 胖， 比 我 瘦 得 多。 他 穿 中号 的 小 点儿。

◇ Tā chuān dàhào de bǐjiào héshì.
他 穿 大号 的 比较 合适。

◆ Nǐmen shāngdiàn jǐ diǎn guān mén ?
你们 商店 几 点 关 门？

◇ 9 diǎn. Wǒmen guān de bǐ biérén wǎn.
9 点。 我们 关 得 比 别人 晚。

gěi	prep	*for*
jiàn	m	*(a measure word)*
yīfu	n	*clothing*
yàng	n	*appearance*
gēn	prep	*with, as*
yíyàng	n	*the same*
jìnkǒu	v	*import*
zhōnghào	n	*medium size*
bǐ	prep	*than*
gāo	adj	*high, tall*
zhǎng	v	*grow*
pàng	adj	*fat*
mǐ	m	*metre*
gōngfēn	m	*centimetre*
shòu	adj	*thin*
chuān	v	*put on, wear*
dàhào	n	*large size*
héshì	adj	*suitable*
guān	v	*close*
mén	n	*door*
bié	adj	*other*
biérén	n	*other people*
wǎn	adj	*late*

Substitution Drills 句型练习

1 S V P O V O

◆ Nǐ xiǎng gěi háizi mǎi shénme ?

你 想 给 孩子 买 什么？

◇ Wǒ xiǎng gěi háizi mǎi jiàn yīfu .

我 想 给 孩子 买 件 衣服。

M	N	
jiàn	dàyī	*overcoat*
jiàn	máoyī	*sweater*
tiáo	qúnzi	*skirt*
tiáo	kùzi	*trousers*
dǐng	màozi	*hat, cap*

2 A 跟 B (不) 一样

◆ Zhè jiàn gēn nà jiàn yíyàng ma ?

这 件 跟 那 件 一样 吗？

◇ Zhè jiàn gēn nà jiàn yíyàng.

这 件 跟 那 件 一样。

N	N
nǐ de shū	tā de shū
tā de yīfu	nǐ de yīfu
Zhōngguórén	Měiguórén
huāchá	hóngchá

3 A 跟 B(不)一样 adj

◆ Zhè jiàn gēn nà jiàn yíyàng dà ma ?

这 件 跟 那 件 一样 大 吗？

◇ Zhè jiàn gēn nà jiàn yíyàng dà.

这 件 跟 那 件 一样 大。

N/pro	N/pro	adj
zhè tiáo	nà tiáo	guì
nǐ de yīfu	tā de	piányi
nǐ	tā	gāo
nǐ	tā	pàng
nǐ àiren	tā	shòu

4 A 比 B adj

◆ Nǐ háizi bǐ nǐ gāo ma ?

你 孩子 比 你 高 吗？

◇ Tā bǐ wǒ gāo.

他 比 我 高。

N	N	adj	
nǐ	tā	ǎi	*short*
tā	nǐ	shòu	
Zhōngguó	Měiguó	dà	
Fǎguó	Déguó	xiǎo	
nǐ de shū	tā de shū	duō	

5 A 比 B adj ___

◆ Nǐ háizi bǐ nǐ gāo duōshao ?

你 孩子 比 你 高 多少 ?

◇ Tā bǐ wǒ gāo 5 gōngfēn.

他 比 我 高 5 公分。

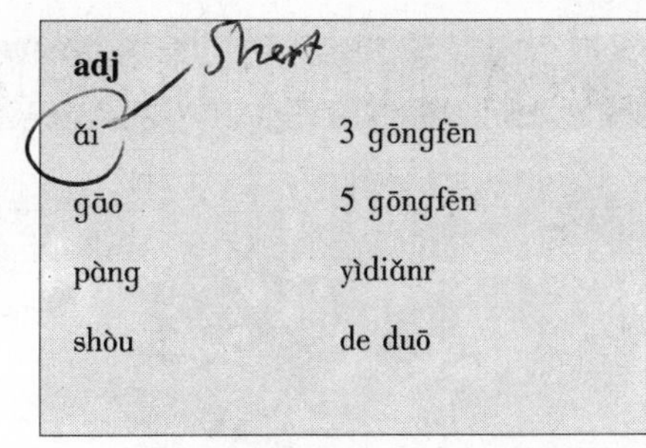

adj	
ǎi (short)	3 gōngfēn
gāo	5 gōngfēn
pàng	yìdiǎnr
shòu	de duō

6 A V de 比 B adj

◆ Tā Zhǎng de bǐ nǐ gāo ma ?

他 长 得 比 你 高 吗 ?

◇ Tā zhǎng de méi yǒu wǒ gāo.

他 长 得 没 有 我 高。

V		adj
shuō		hǎo
dǎ	*play*	hǎo
zǒu (carry)	*leave*	zǎo
lái		wǎn – late

Tā shuō de bǐ nǐ hǎo ma – he speaks better chinese than you.

● A 跟 B 不 一样 adj

这件 跟 那件 一样 大。
这件 跟 那件 不 一样 大。

"A 跟 B 一样"句式表示两个事物是一样的。如:
A 跟 B 一样 can be used to compare two things that are either identical or similar, e. g.

● A 比 B adj ___

我 比 他 高 五公分。
他 比 我 胖 一点儿。

介词"比"可以比较两个事物的性质、特点,如:
The preposition 比 may be used to express comparison between two objects, e. g.

● A V de 比 B adj ___

他 长 得 比 我 高 得多。
他 说 得 比 我 好一点儿。
我们 关 得 比 别人 晚。

在某些动词谓语句中也可以用"比"表示比较。如:
比 may also be used to express comparison in sentences with a verbal predicate, e. g.

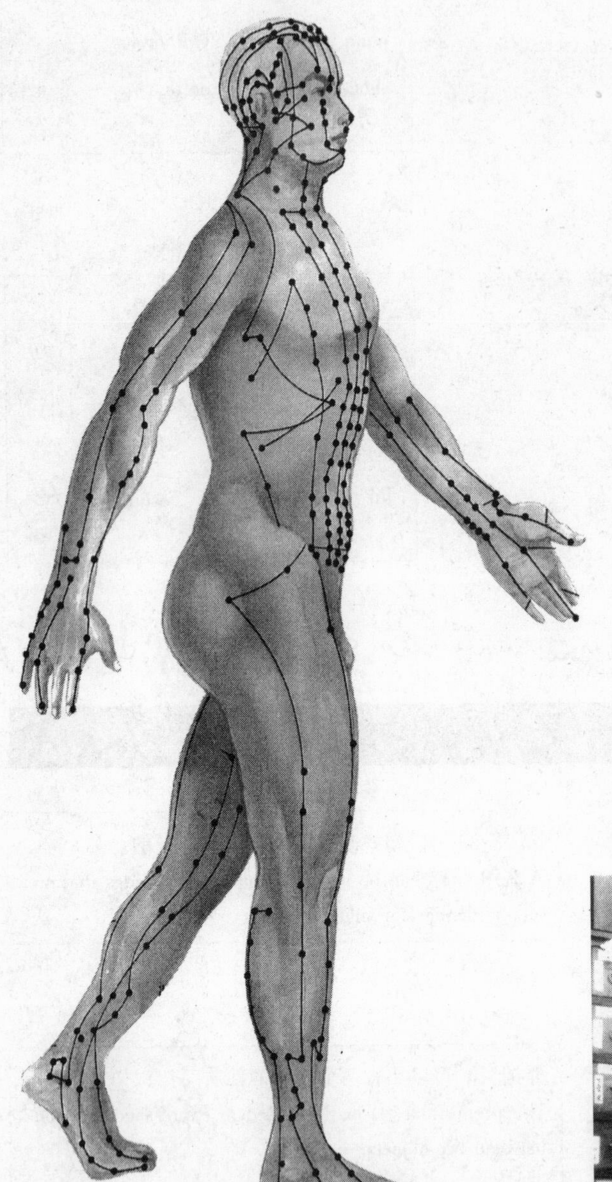

réntǐ zhēnjiǔ xuéwèi tú
人体针灸穴位图
acupuncture points

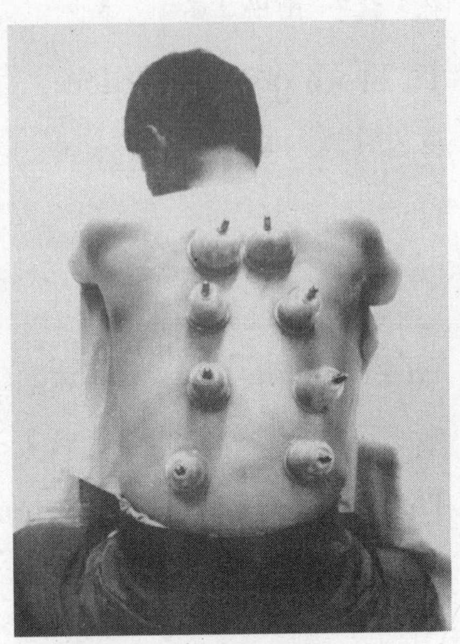

bá guàn 拔罐
cupping glass therapy

zhōngyào fáng 中药房
a Chinese drug store

At the Hospital 去医院看病

◆ Xiǎojiě, wǒ bìng le, guà gè nèikē.
小姐，我病了，挂个内科。

◇ 5 kuài. Nèikē zài 3 céng. Diàntī zài nàr.
5 块。内科在 3 层。电梯在那儿。

★ 28 hào. Nín nǎr bù shūfu?
28 号。您哪儿不舒服？

◆ Wǒ tóu téng, jué de húnshēn méi jìnr.
我头疼，觉得浑身没劲儿。

★ Bié zhàn zhe, zuò xià shuō. Fāshāo ma?
别站着，坐下说。发烧吗？

◆ Fāshāo, gāngcái shì biǎo 37 dù 5.
发烧，刚才试表 37 度 5。

★ Késou bù késou?
咳嗽不咳嗽？

◆ Késou, tǐng lìhai. Dàifu, shénme bìng?
咳嗽，挺厉害。大夫，什么病？

★ Gǎnmào. Nǐ zháoliáng le. Chī xiē yào ba.
感冒。你着凉了。吃些药吧。

◆ Wǒ bù néng chī zhōngyào. Kāi xīyào ba.
我不能吃中药。开西药吧。

★ Gěi nǐ yàofāng. Nǐ qù yàofáng qǔ yào ba.
给你药方。你去药房取药吧。

◆ Dàifu, zhè xiē yào zěnme chī?
大夫，这些药怎么吃？

★ Yì tiān 3 cì, yí cì yí piàn, fàn hòu chī.
1 天 3 次，1 次 1 片，饭后吃。

guà	v	*register*
nèikē	n	*internal medicine*
diàntī	n	*elevator*
shūfu	adj	*be well, comfortable*
tóu	n	*head*
téng	adj	*ache, have a pain*
húnshēn	n	*all over*
jìnr	n	*strength*
zhàn	v	*stand*
fāshāo	v	*have a fever*
gāngcái	n	*a moment ago*
shì biǎo	v	*take sb's temperature*
késou	v	*cough*
tǐng	adv	*very*
lìhai	adj	*fierce, terrible*
bìng	n, v	*illness; be ill*
gǎnmào	v	*common cold*
zháoliáng	v	*catch a cold*
yào	n	*medicine, drug*
zhōngyào	n	*Chinese medicine*
kāi	v	*write out*
xīyào	n	*Western medicine*
yàofāng	n	*prescription*
yàofáng	n	*pharmacy*
qǔ	v	*take, get*
cì	n	*time*
piàn	m	*slice, (a measure word)*

Substitution Drills 句型练习

1 S V O

◆ Nín guà shénme kē ?

您 挂 什么 科？

◇ Wǒ guà gè nèikē.

我 挂 个 内科。

N	
wàikē	*surgical department*
yǎnkē	*ophthalmology*
fùkē	*gynecology*
yákē	*dentistry*

2 S n adj

◆ Nín nǎr bù shūfu ?

您 哪儿 不 舒服？

◇ Wǒ tóu téng .

我 头 疼。

N			
dùzi	*belly*	yá	*tooth*
yǎnjing	*eye*	tuǐ	*leg*
bízi	*nose*	wèi	*stomach*
xīnzàng	*heart*	sǎngzi	*throat*

3 S V

◆ Nǐ fāshāo ma ?

你 发烧 吗？

◇ Wǒ bù fāshāo.

我 不 发烧。

V	
késou	*cough*
fāshāo	*have a fever*
lā dùzi	*suffer from diarrhoea*
tù	*vomit*

4 S V O

◆ Wǒ shì shénme bìng ?

我 是 什么 病？

◇ Gǎnmào.

感冒。

N	
zháoliáng	*catch a cold*
xīnzàngbìng	*heart disease*
gāoxuèyā	*hypertension*
wèiyán	*gastritis*

5 S V V O

◆ Nǐ néng chī zhōngyào ma ?

你 能 吃 中药 吗？

◇ Wǒ bù néng chī zhōngyào.

我 不 能 吃 中药。

N	
xīyào	*Western medicine*
zhōngyào	*Chinese medicine*
tāngyào	*decoction of medicine*

6 O V

◆ Zhè xiē yào zěnme chī ?

这 些 药 怎么 吃？

◇ Yì tiān 3 cì, yí cì yí piàn, fàn hòu chī.

1 天 3 次，1 次 1 片，饭 后 吃。

1 tiān	2 cì
1 tiān	1 cì
1 cì	3 piàn
1 cì	2 piàn

Grammar 语法

● S S adj

复习主谓谓语句。如：
Review the sentences with a subject-predicate construction as the predicate, e. g.

你 头 疼。
我 肚子 不舒服。

● S V着 V

动态助词"着"在动词后表示动作的方式，如：
When the verbal particle 着 comes after a verb, it indicates the manner of the action, e. g.

他 站着。
你 坐着 说。

● S Vv V

动词"下"作补语，表示趋向。如：
The verb 下 is used as complement, indicating direction, e. g.

你 坐下 说。
你 放下。

yīngbàng 英镑

lǐlā 里拉

měiyuán 美元

mǎkè 马克

rìyuán 日元

fǎláng 法朗

jiǎn dān - easy bù nán - not hard

Nán - Difficult

◆ Wǒ de qián huā wán le, wǒ qù huàn qián.
我的 钱花 完了,我去换 钱。

◇ Nǐ shì qù yínháng huàn ma?
你 是去 银行 换 吗?

◆ Bú shì, wǒ shì qù zhǎo sīrén huàn.
不 是,我 是 去找 私人 换。

◇ Nǐ bú pà bèi rén piàn le?
你不 怕 被 人 骗 了?

◆ Wǒ huànle hǎo jǐ cì le, dōu méi wèntí.
我 换了 好 几 次 了, 都 没 问题。

◇ Nǐ wèishénme ài zhǎo sīrén huàn ne?
你 为什么 爱 找 私人 换 呢?

◆ Zài yínháng huàn de shǎo. 100 měiyuán
在 银行 换 的 少。 100 美元
zài yínháng huàn 820, sīrén nàr kěyǐ huàn
在 银行 换 820, 私人 那儿 可以 换
890, duō 70 kuài ne. Lìngwài qù yínháng
890, 多 70 块 呢。 另外 去 银行
máfan, jì yào páiduì, yòu yào tián dānzi.
麻烦, 既 要 排队, 又 要 填 单子。

◇ Nǐ zhīdào ma? Gēn sīrén huàn wàihuì shì
你 知道 吗? 跟 私人 换 外汇 是
fēifǎ de, jǐngchá fāxiànle jiǎ rénmínbì.
非法的, 警察 发现了 假 人民币。

◆ Zhēn de ma? Bié xiàhu wǒ. Wǒ bú qù le.
真 的吗? 别 吓唬 我。我 不 去了。

huā	v	*spend*
huàn	v	*change*
sīrén	n	*private*
pà	v	*fear, dread*
bèi	prep	*by*
piàn	v	*deceive, fool*
hǎo	adv	*quite a few*
wèntí	n	*problem*
ài	v	*love, like to*
měiyuán	n	*U. S. dollar*
lìngwài	conj	*in addition*
máfan	adj	*troublesome*
jì... yòu	conj	*both... and*
páiduì	v	*line up*
tián	v	*fill in*
dānzi	n	*form*
wàihuì	n	*foreign exchange*
fēifǎ	adj	*unlawful*
jǐngchá	n	*policeman*
fāxiàn	v	*discover*
jiǎ	adj	*false, fake*
rénmínbì	n	*Chinese monetary unit*
zhēn	adj	*real*
bié	v	*don't*
xiàhu	v	*frighten, scare*

Substitution Drills 句型练习

1 O V v

◆ Nǐ de qián huā wán le ma ?

你 的 [钱] [花] 完 了 吗？

◇ Wǒ de qián huā wán le.

我 的 [钱] [花] 完 了。

N		V
shū		kàn
yào		chī
jiǔ		hē
zuòyè	*homework*	zuò

2 S V O

◆ Nǐ huàn duōshao měiyuán ?

你 换 多少 [美元]？

◇ Wǒ huàn 100 měiyuán.

我 换 100 [美元]。

N	
rìyuán	*Japanese yen*
ōuyuán	*Euro*
fǎláng	*franc*
mǎkè	*mark*

3 S V O

◆ 100 měiyuán huàn duōshao rénmínbì ?

100 [美元] 换 多少 [人民币]？

◇ Huàn 825 kuài.

换 825 块。

N	
yīngbàng	*pound sterling*
xīnjiāpōyuán	*Singapore dollar*
gǎngbì	*Hong Kong dollar*
jiānádàyuán	*Canadian dollar*
lǐlā	*lira*

4 S V ____ 次 O

◆ Nǐ huànle jǐ cì qián le ?

你 [换 了] 几次 [钱] 了？

◇ Wǒ huànle 3 cì le.

我 [换 了] 三 次 了。

V		N
qù	guo	Shànghǎi
kàn	le	diànyǐng
lái	le	Zhōngguó
chī	guo	kǎoyā
wèn	le	lǎoshī

5 S V V O adj

◆ Nǐ juéde qù yínháng máfan ma?

你 觉得 去 银行 麻烦 吗？

◇ Wǒ juéde hěn máfan.

我 觉得 很 麻烦。

V	N
huàn	qián
mǎi	fēijīpiào
pái	duì
tián	dānzi

6 O P S V

◆ Nǐ bèi shéi piàn le?

你 被 谁 骗 了？

◇ Wǒ bèi nà gè rén piàn le.

我 被 那 个 人 骗 了。

V	
dǎ	*hit*
fāxiàn	*discover*
kànjiàn	*see*
zhǎodào	*look for*

Grammar 语法

● O 被 S V

我 被 那个人 骗了。
他 被 人 打了。

汉语中有一种用介词"被"表示被动的句子。如：
There is one type of passive sentence formed with the preposition 被. The main verb of this sentence generally contains other elements indicating the result, extent or the time of an action, etc.

● S 既 V O，又 V O

我 既 要排队，又 要填单子。
我 既 要学习，又 要工作。

"既……又……"用在表示递进的复句中。"既"和"又"都是副词，要放在主语后，动词前。
既 . . . 又 . . . occurs in progressive complex sentences. 既 and 又 are adverbs, placed after subject before verbs.

● S V____ 次 O

我 换了 三 次 钱。
我 去过 一 次 上海。

动量词"次"和数词结合在动词后作为补语，说明动作的次数，如：
次 often goes with a numeral and is used after the verb as an action-measure complement to show the frequency of an action.

Shàng lái ya!
上来呀!
Wǒ bú shàng qu.
我不上去。
shàng lái 上来
come up
shàng qù 上去
go up
Wǒ jiù bu xià qu!
我就不下去!
Xià lai!
下来!
xià qu 下去
go down
xià lai 下来
come down
Jǐ diǎn huí lai?
几点回来?
Wǒ 8 diǎn huí qu.
我 8 点回去。
huílai 回来 come back
huíqu 回去 go back
Wǒ chū bú qù!
我出不去!
Nǐ chūlái wánr ya!
你出来玩儿呀!
chū qù 出去
go out
chū lái 出来
come out
Xièxie, bú jìnqu le.
谢谢,不进去了。
Qǐng jìnlai ba!
请进来吧!
jìn qu 进去
go in
jìn lai 进来
come in

◆ Wáng shūshu, nǐ zài zhèr děng shéi ne ?
王 叔叔, 你 在 这儿 等 谁 呢?

◇ Wǒ nǚ'ér. Tā gāng jìnqu, yíhuìr jiù chūlai.
我 女儿。她 刚 进去, 一会儿 就 出来。

◆ Nǐ hǎoxiàng bú tài gāoxìng, zěnme la ?
你 好像 不太 高兴, 怎么 啦?

◇ Hài, zuótiān tā cóng shāngdiàn mǎi huílai
嗐, 昨天 她 从 商店 买 回来

yí jiàn shàngyī, shì hēisè de, wǒ ràng tā qù
一件 上衣, 是 黑色 的, 我 让 她 去

tuì le. Hēisè de duō nánkàn ya !
退 了。黑色 的 多 难看 呀!

◆ Xiànzài nǚháizi chuān hēisè de shímáo.
现在 女孩子 穿 黑色 的 时髦。

Wǒ juéde tā chuān hēisè de tǐng piàoliang.
我 觉得 她 穿 黑色 的 挺 漂亮。

◇ Shì ma ? Qiáo ! Tā chūlai la. Tuì le ma ?
是 吗? 瞧! 她 出来 啦。 退 了 吗?

★ Méi yǒu. Bù néng tuì, huàn le jiàn lán de.
没 有。 不 能 退, 换 了 件 蓝 的。

◇ Nǐ chuān shang, ràng wǒmen kàn kan.
你 穿 上, 让 我们 看 看。

★ Bà, wǒ háishì xǐhuān nà jiàn hēi yánsè de.
爸, 我 还是 喜欢 那 件 黑 颜色 的。

◇ Tīng nǐ de, zài bǎ nà jiàn huàn huílai ba.
听 你 的, 再 把 那 件 换 回来 吧。

shūshu	n	*uncle*
děng	v	*wait*
nǚ'ér	n	*daughter*
jìnqu	v	*enter*
chūlai	v	*go out*
hǎoxiàng	v	*be like, seem*
gāoxìng	v	*glad, happy*
la	part	*(a modal particle)*
hài	inter	*Damnit!*
huílai	v	*return, be back*
shàngyī	n	*upper outer garment*
hēi	adj	*black*
sè	n	*colour*
tuì	v	*return, give back*
duō	adv	*how*
nánkàn	adj	*ugly*
ya	part	*(a modal particle)*
shímáo	adj	*fashionable*
piàoliang	adj	*beautiful*
shì ma		*really?*
lán	adj	*blue*
chuānshang	v	*wear, put on*
bà	n	*pa, dad*
háishì	adv	*still, yet*
yánsè	n	*colour*
tīng nǐde		*do what you want*
bǎ	prep	

Substitution Drills 句型练习

1 S P O V O

◆ Nǐ zài nǎr děng wǒ ?

你 在 哪儿 等 我？

◇ Wǒ zài nàr děng nǐ.

我 在 那儿 等 你。

N	
ménkǒu	*entrance*
bàngōngshì	*office*
kāfēiguǎn	*coffee house*
zhèr	*here*

2 S Vv

◆ Tā jìn qu le ma ?

他 进 去 了 吗？

◇ Tā jìn qu le.

他 进 去 了。

V	V	V	V
jìn	qu	xià	qu
jìn	lai	xià	lai
chū	qu	shàng	qu
chū	lai	shàng	lai
huí	qu	guò	qu
huí	lai	guò	lai

3 S V vv O

◆ Nǐ mǎi huí lai shěnme dōngxi ?

你 买 回 来 什么 东西？

◇ Wǒ mǎi huí lai yí jiàn shàngyī.

我 买 回 来 一 件 上衣。

V	V	V
dài	huí	lai
ná	huí	qu
qǔ	huí	lai
ná	chū	qu
ná	chū	lai

4 S V O

◆ Zhè shì shénme yánsè ?

这 是 什么 颜色？

◇ Zhè shì hēisè.

这 是 黑色。

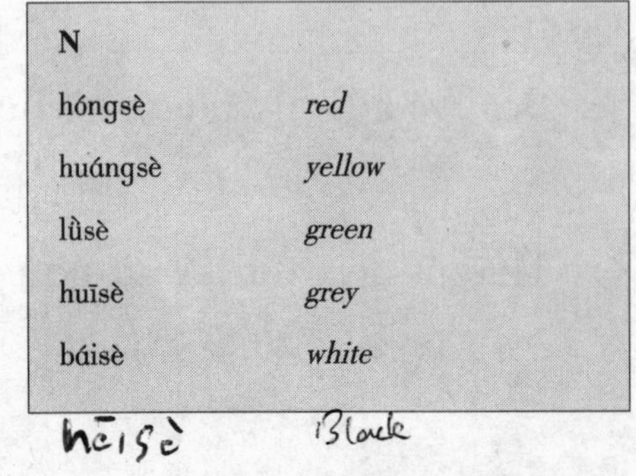

N	
hóngsè	*red*
huángsè	*yellow*
lǜsè	*green*
huīsè	*grey*
báisè	*white*

5 S V V O

adj	
hēi	*black*
hóng	*red*
bái	*white*
lǜ	*green*

◆ Nǐ xǐhuān chuān shénme yánsè de?

你 喜欢 穿 什么 颜色 的？

◇ Wǒ xǐhuān chuān lán de.

我 喜欢 穿 蓝 的。

6 S P O V vv

V	V	V
mǎi	huí	lai
qǔ	huí	lai
ná	jìn	qu
dài	huí	lai

◆ Tā bǎ yīfu huàn huílai le ma?

他 把 衣服 换 回来 了 吗？

◇ Tā bǎ yīfu huàn huílai le.

他 把 衣服 换 回来 了。

Tā huàn huílai yīfu le ma? (Same)

Grammar 语法

● S V v

"来"和"去"在某些动词后表示动作的趋向，这种补语叫简单趋向补语。如果动作是向着说话人就用"来"；朝着相反的方向就用"去"，如：

来 and 去 are used after certain verbs to show the direction of a movement. Such complements are called simple directional complements. If the movement is toward the speaker or the thing referred to, 来 is used. If it is away from the speaker, 去 is used, e. g.

他 进去了。
他 进来了。
他 回去了。
他 回来了。
他 出去了。
他 出来了。

● S V v v O

动词"上、下、进、出、回"等加简单趋向补语"来""去"用作别的动词的补语叫复合趋向补语。如：

When followed by the simple directional complement 来 or 去, the verb 上，下，进，出，回 may function as complement to other verbs, indicating the direction of movement. Such complements are called "complex directional complements".

他 买回来 一件上衣。
我 换回来 一件蓝的。
他 拿出来 一本书。

● S P O V___

表示对某人、某事施加某种动作并强调使人或事物产生某种结果或影响，就可以使用"把"字句。如：

The 把 sentence indicates that an action is applied to somebody or something with the emphasis that the action will bring about a result or influence, e. g.

我 把 衣服 换回来了。
他 把 药 吃了。

wòshì 卧室
a bedroom

kètīng 客厅
a drawing room

chúfáng 厨房
a kitchen

wèishēngjiān 卫生间 a bathroom

Room Decorations 居室布置 33

◆ Mǎlì gāng bānjiā, nǐ qùguo tā xīnjiā le ma ?

马丽 刚 搬家, 你 去过 他 新家 了 吗?

◇ Qùguò le. Fángzi hěn dà, bùzhì de búcuò.

去过 了。 房子 很 大, 布置 得 不错。

◆ Tā zhù de fángzi yǒu jǐ gè fángjiān ?

他 住 的 房子 有几 个 房间?

◇ 4 gè fángjiān. 3 gè wòshì, yí gè dà kètīng.

四个 房间。 三个 卧室、一 个 大 客厅。

◆ Kètīng shì zěnme bùzhì de ?

客厅 是 怎么 布置 的?

◇ Kètīng li yǒu gè dà shāfā, diànshìjī fàngzài shāfā duìmiàn, nǐ kěyǐ zuòzhe kàn, yě kěyǐ tǎngzhe kàn, hěn fāngbiàn. Qiáng shang guà zhe yì fú yóuhuà. Chuānghu kāi zhe, chuāngtái shang bǎizhe jǐ pén huār.

客厅 里 有 个 大 沙发, 电视机 放在 沙发 对面, 你 可以 坐着 看, 也 可以 躺着 看, 很 方便。 墙 上 挂 着 一 幅 油画。 窗户 开 着, 窗台 上 摆 着 几 盆 花儿。

◆ Cānguān wèishēngjiān hé chúfáng le ma ?

参观 卫生间 和 厨房 了 吗?

◇ Cānguān le. Wèishēngjiān gānjìng jíle, chúfáng bù xiǎo, shèbèi shì xiàndàihuà de.

参观 了。 卫生间 干净 极了, 厨房 不 小, 设备 是 现代化 的。

bānjiā	v	*move house*
xīn	adj	*new*
fángzi	n	*house*
bùzhì	v	*decorate, arrange*
wòshì	n	*bedroom*
kètīng	n	*drawing room*
shāfā	n	*sofa*
diànshìjī	n	*television set*
fàng	v	*put*
tǎng	v	*lie*
fāngbiàn	adj	*convenient*
qiáng	n	*wall*
guà	v	*hang, put on*
fú	m	*(a measure word)*
yóuhuà	n	*oil painting*
chuānghu	n	*window*
chuāngtái	n	*windowsill*
bǎi	v	*place*
jǐ	pro	*a few*
pén	n	*pot, basin*
huār	n	*flower*
cānguān	v	*visit*
wèishēngjiān	n	*toilet*
chúfáng	n	*kitchen*
gānjìng	adj	*clean*
shèbèi	n	*equipment*
xiàndàihuà	adj	*modernize*

Substitution Drills 句型练习

1 O V de adj

◆ Fángzi bùzhì de zěnmeyàng?

房子 布置 得 怎么样？

◇ Bùzhì de búcuò.

布置 得 不错。

N	
kètīng	*drawing room*
shūfáng	*study*
wòshì	*bedroom*
chúfáng	*kitchen*

2 S V O

◆ Nǐ jiā yǒu jǐ gè fángjiān?

你 家 有 几 个 房间？

◇ Wǒ jiā yǒu 3 gè fángjiān.

我 家 有 三 个 房间。

N
wòshì
wèishēngjiān
kètīng
shūfáng

3 S V O

◆ Kètīng li yǒu jǐ gè shāfā?

客厅 里 有 几 个 沙发？

◇ Yǒu yí gè shāfā.

有 一 个 沙发。

M	N	
zhāng	zhuōzi	*table*
bǎ	yǐzi	*chair*
zhāng	chuáng	*bed*
gè	shūjià	*bookshelf*
gè	guìzi	*cabinet*

4 O V v O

◆ Diànshìjī fàng zài nǎr?

电视机 放 在 哪儿？

◇ Diànshìjī fàng zài shāfā duìmiàn.

电视机 放 在 沙发 对面。

N
zhuōzi
yǐzi
shūjià
chuáng
shāfā

5 S V着 O

◆ Qiáng shang guà zhe shénme ?

墙 上 挂着 什么？

◇ Qiáng shang guà zhe yì fú yóuhuà.

墙 上 挂着 一幅 油画。

N	V
zhuōzi	fàng
chuáng	fàng
chuāngtái	bǎi
yǐzi	fàng

6 S V O

◆ Nǐ cānguān wèishēngjiān le ma ?

你 参观 卫生间 了 吗？

◇ Wǒ cānguān wèishēngjiān le.

我 参观 卫生间 了。

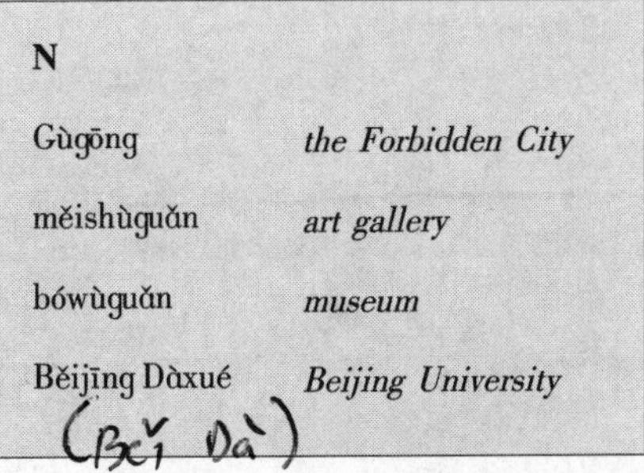

N	
Gùgōng	*the Forbidden City*
měishùguǎn	*art gallery*
bówùguǎn	*museum*
Běijīng Dàxué	*Beijing University*

Grammar 语法

● S V着 O

墙上 挂着 一幅油画。
窗台上 摆着 一盆花儿。

说明某处所有某种现象在持续的句子里，表示处所的词或词组在句首，动词加动态助词“着”。如：
Nouns or phrases of place often occur at the beginning of a sentence, indicating that a certain phenomenon continues in a certain place, and the particle 着 is added after the verb, e. g.

● S V着 V O

我 坐着 看 电视。
他 躺着 看 书。

复习动词后加动态助词“着”表示后一动作的方式。
Review: Verbs with the particle 着 are used adverbially to modify a verb predicate, expressing the manner of action.

● O Vv O

电视机 放在 沙发对面。
花儿 摆在 窗台上。

有些句子的主语是受事的，被动的意思很明显，这样的句子叫意义上的被动句，如：
There are sentences whose subjects are recipients of actions. Sentences of this type are distinctly passive in meaning, and are called “notionally passive sentences”.

Zhōngguó guóhuà 中国国画
traditional Chinese painting

jīngjù liǎnpǔ 京剧脸谱
painted faces in Peking opera

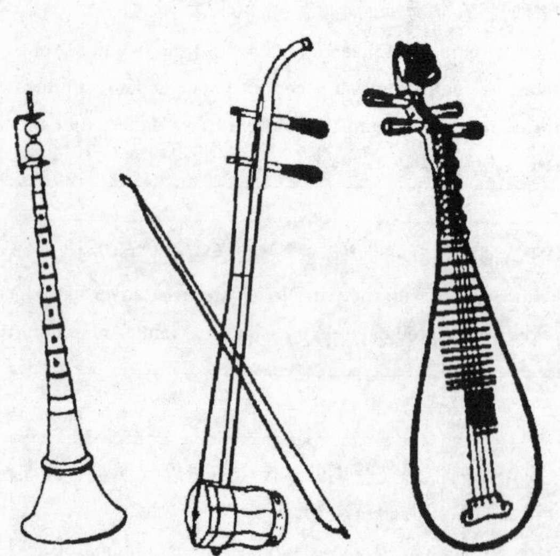

suǒnà 唢呐 *suona* horn
èrhú 二胡 *erhu*, 2-stringed fiddle
pípā 琵琶 *pipa*, 4-stringed Chinese lute

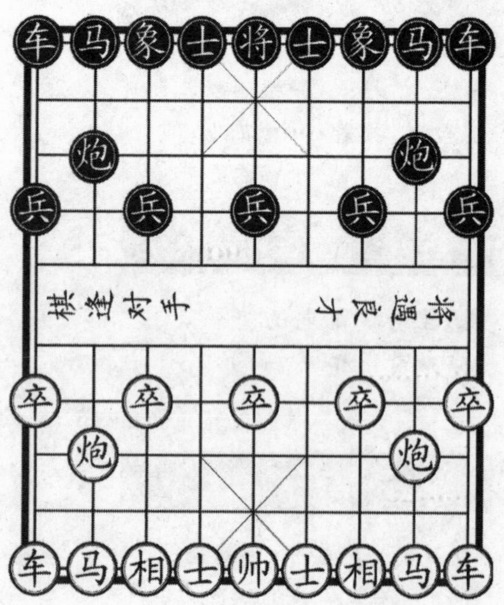

Zhōngguó xiàngqí 中国象棋
Chinese chess

◆ Nǐ yǒu shénme yèyú àihào ma?
你 有 什么 业余 爱好 吗？

◇ Wǒ xǐhuān huà huàr. Zhè shì wǒ zuìjìn
我 喜欢 画 画儿。 这 是 我 最近
huà de yì fú guóhuà, nǐ juéde zěnmeyàng?
画 的 一幅 国画， 你 觉得 怎么样？

◆ Búcuò. Nǐ xǐhuān nǎ wèi huàjiā de huàr?
不错。 你 喜欢 哪 位 画家 的 画儿？

◇ Qí Báishí de. Chúle huà huàr yǐwài, wǒ
齐 白石 的。 除了 画 画儿 以外， 我
hái ài zhàoxiàng. Nǐ kàn, zhè shì wǒ zhào
还 爱 照相。 你 看， 这 是 我 照
de hēibái zhàopiàn, shì zài yì tiáo hútòng
的 黑白 照片， 是 在 一 条 胡同
li zhào de. Nǐ huì yuèqì ma?
里 照 的。你 会 乐器 吗？

◆ Bú huì, yì zhǒng yě bú huì, nǐ ne?
不 会， 一 种 也 不 会， 你 呢？

◇ Wǒ xǐhuān tīng gǔdiǎn yīnyuè, búdàn huì
我 喜欢 听 古典 音乐， 不但 会
tán gāngqín, érqiě hái huì lā xiǎotíqín.
弹 钢琴， 而且 还 会 拉 小提琴。

◆ Zhōumò nǐ ài cānjiā shénme huódòng?
周末 你 爱 参加 什么 活动？

◇ Qù tiàowǔ, qù kàn diànyǐng shénme de.
去 跳舞， 去 看 电影 什么 的。

yèyú	n	*sparetime*
àihào	n	*interest, hobby*
huà	v	*paint, draw*
huàr	n	*painting*
zuìjìn	n	*recently*
guóhuà	n	*Chinese painting*
huàjiā	n	*painter*
chúle... yǐwài		*except, besides*
zhàoxiàng	v	*photograph*
zhào	v	*photograph*
zhàopiàn	n	*photo*
tiáo	m	*(a measure word)*
hútòng	n	*lane, alley*
yuèqì	n	*musical instrument*
gǔdiǎn	adj	*classical*
yīnyuè	n	*music*
búdàn	conj	*not only*
tán	v	*pluck, play*
gāngqín	n	*piano*
érqiě	conj	*but also*
lā	v	*pull, play*
xiǎotíqín	n	*violin*
zhōumò	n	*weekend*
huódòng	n	*activity*
tiàowǔ	v	*dance*
shénmede		*and so on*

Substitution Drills 句型练习

1 S V O

◆ Nǐ yǒu shénme yèyú àihào?

你 有 什么 业余 爱好？

◇ Wǒ xǐhuān huà huàr.

我 喜欢 [画 画儿]。

V	N	
chàng	gē	*sing a song*
xià	qí	*play chess*
tīng	jīngjù	*listen to a Beijing opera*
qù	lǚxíng	*travelling*

2 除了____以外，S 还 V O

◆ Chúle xuéxí yǐwài, nǐ hái zuò shénme?

除了 [学习] 以外，你 还 做 什么？

◇ Wǒ hái huà huàr.

我 还 画 画儿。

V	
gōngzuò	
shàng bān	*go to work*
shàng kè	*go to classroom*
kàn diànshì	

3 S V s v 的 O

◆ Zhè shì nǐ huà de huàr ma?

这 是 你 [画] 的 [画儿] 吗？

◇ Zhè shì wǒ huà de huàr.

这 是 我 [画] 的 [画儿]。

V	N
zhào	zhàopiàn
xiě	shū
xiě	hànzì
mǎi	dōngxi
qí	zìxíngchē

4 S 是 P O V 的

◆ Nǐ shì zài nǎr zhào de?

你 是 在 哪儿 [照] 的？

◇ Wǒ shì zài yì tiáo hútòng li zhào de.

我 是 在 一 条 胡同 里 [照] 的。

5 S V V O

◆ Nǐ huì tán gāngqín ma?

你 会 弹 钢琴 吗？

◇ Wǒ huì tán gāngqín.

我 会 弹 钢琴。

V	N	
lā	xiǎotíqín	
tiào	wǔ	
chàng	gē	*sing*
xià	qí	*play chess*

6 T S V O

◆ Zhōumò nǐ cānjiā shénme huódòng?

周末 你 参加 什么 活动？

◇ Wǒ jīngcháng qù tiàowǔ.

我 经常 去 跳舞。

V	
cānjiā wǔhuì	*go to dancing party*
qù kàn diànyǐng	*go to movie*
qù chàng gē	*go to practice singing*

Grammar 语法

● 除了____以外，S V O

除了工作 以外，我还画画儿。
除了他 以外，我们都是学生。

"除了……以外"常与"还、也、都"等连用。如：
除了 ... 以外 is often followed by adverbs such as 还, 也, or 都, e. g.

● S 不但 V O，而且 V O

我不但会弹钢琴，而且还会拉小提琴。
他不但会说汉语，而且还会说英语。

"不但……而且……"用在表示递进关系的复句中。
不但 ... 而且 ... occurs in progressive complex sentences.

● S V 什么的

我 买了一些书、本子什么的。
我 看电视、听音乐什么的。

"……什么的"用在一个成分或几个成分之后表示"之类"的意思，如：
... 什么的 is used after a series of items to show "things like that, and so on, and what not".

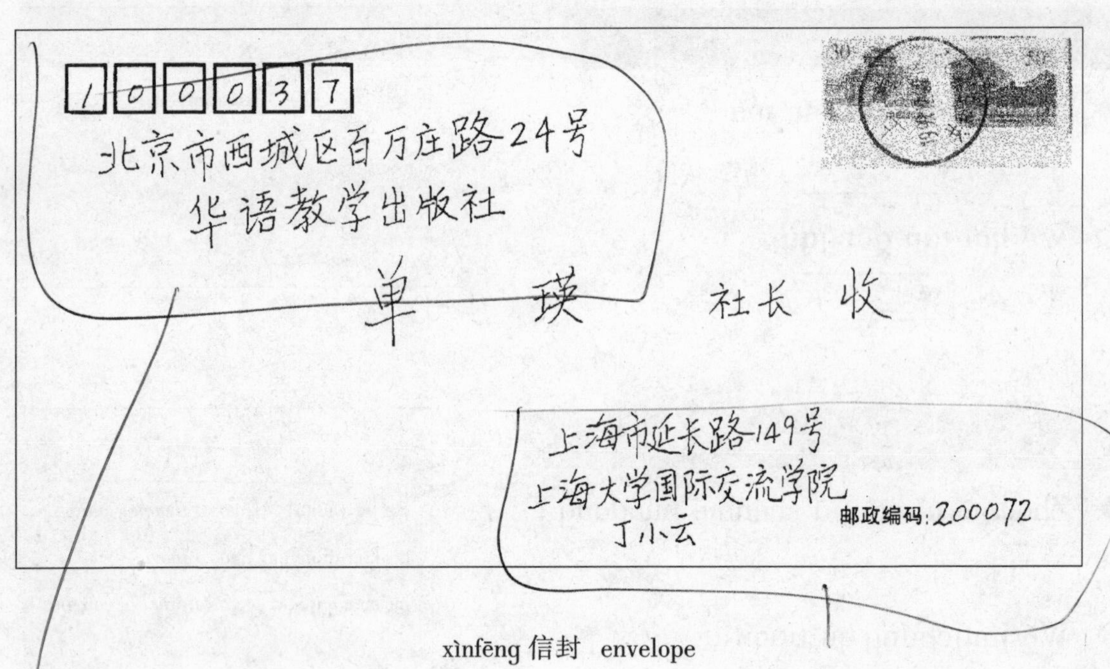

xìnfēng 信封 envelope

yóupiào 邮票 stamps

◆ Qǐngwèn, wǎng Měiguó jì yì fēng xìn, yào
请问， 往 美国 寄一 封 信， 要
tiē duōshao qián de yóupiào?
贴 多少 钱 的 邮票？

◇ Yàoshi bù chāozhòng dehuà, 5 kuài 8.
要是 不 超重 的话， 五 块 八。
Nǐ de xìn méi chāozhòng. Nǐ yīnggāi bǎ
你 的 信 没 超重。 你 应该 把
jìxìnrén dìzhǐ hé xìngmíng xiě zài zhèr.
寄信人 地址 和 姓名 写 在 这儿。

◆ Hǎo, wǒ mǎshàng gǎi yíxià. Xíng le ma?
好， 我 马上 改 一下。 行 了 吗？

◇ Xíng la. Nǐ hái jì shénme?
行 啦。你 还 寄 什么？

◆ Jì jǐ běn shū, hái mǎi zhāng míngxìnpiàn.
寄 几 本 书， 还 买 张 明信片。

◇ Dǎ kāi, ràng wǒ kàn yíxià.
打 开， 让 我 看 一下。

◆ Lǐmiàn jiù jǐ běn shū, méi biéde dōngxi.
里面 就 几 本 书， 没 别的 东西。

◇ Bǎ tā bāo hǎo, huòzhě fàng zài zhǐxiāngli.
把 它 包 好， 或者 放 在 纸箱里。

◆ Nǐ néng bāng wǒ bāo yíxià ma?
你 能 帮 我 包 一下 吗？

◇ Xíng. Gūjì děi 200 kuài. Jì bāoguǒ guì.
行。 估计 得 200 块。 寄 包裹 贵。

wǎng	prep	*in the direction of*
jì	v	*post*
fēng	m	*(a measure word)*
xìn	n	*letter*
tiē	v	*stick on, paste*
yóupiào	n	*stamp*
yàoshi	conj	*if*
chāozhòng	v	*overweight*
dehuà		*if*
jìxìnrén	n	*sender*
dìzhǐ	n	*address*
xìngmíng	n	*full name*
mǎshàng	adv	*at once*
gǎi	v	*correct*
míngxìnpiàn	n	*postcard*
dǎkāi	v	*open*
lǐmiàn	n	*inside*
jiù	adv	*only*
tā	pro	*it*
bāo	v	*wrap*
huòzhě	cong	*or*
zhǐxiāng	n	*carton*
bāng	v	*help*
gūjì	v	*estimate*
děi	v	*need*
bāoguǒ	n	*parcel*

Substitution Drills 句型练习

1 S V O

◆ Nǐ jì shénme ?

你 寄 什么？

◇ Wǒ jì yì fēng xìn.

我 寄 一 封 信。

M	N
fēng	guàhàoxìn registered *letter*
zhāng	míngxìnpiàn
gè	bāoguǒ
běn	shū

2 S P O V

◆ Nǐ wǎng shénme dìfang jì ?

你 往 什么 地方 寄？

◇ Wǒ wǎng Měiguó jì.

我 往 美国 寄。

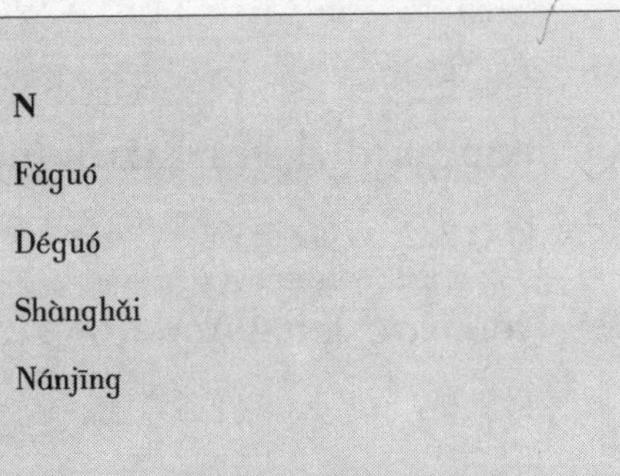

N
Fǎguó
Déguó
Shànghǎi
Nánjīng

3 V V O

◆ Yào tiē duōshao qián de yóupiào ?

要 贴 多少 钱 的 邮票？

◇ Yào tiē 5 kuài 6 de yóupiào.

要 贴 5 块 6 的 邮票。

V	N
mǎi	2 kuài
tiē	10 kuài 8
mǎi	9 kuài 4
tiē	8 máo

4 S V P O V v O

◆ Wǒ yīnggāi bǎ shénme xiě zài zhèr ?

我 应该 把 什么 写 在 这儿？

◇ Nǐ yīnggāi bǎ jìxìnrén dìzhǐ xiě zài zhèr.

你 应该 把 寄信人 地址 写 在 这儿。

N		V
shōuxìnrén	*recipient*	xiě
xìngmíng		xiě
yóupiào		tiē
shū		fàng
huàr		guà

5 S V V O V 一下

◆ Nǐ néng bāng wǒ bāo yíxià ma?

你 能 帮 我 包 一下 吗?

◇ Xíng.

行。

Nǐ kěyǐ bāo yíxià ma? - can you help me wrap it.

V	
xiě	*write*
gǎi	*correct*
tiē	*paste*
wèn	*ask*

6 S V V O

◆ Nǐ gūjì děi duōshao qián?

你 估计 得 多少 钱?

◇ Wǒ gūjì děi 20 kuài qián.

我 估计 得 20 块 钱。

V	N	
yào	tiān	10 tiān
děi	tiān	15 tiān
yòng	qián	10 kuài
mài	qián	30 kuài

Grammar 语法

● S P O V ___

你 把 姓名 写 在这儿。
我 把 书 放 在纸箱里。
你 把 书 包 好。

"把"字句的动词后必须带有补语、宾语等成分，以说明处置的结果，如：
To indicate how a person or thing has been disposed of or what has resulted from the disposal, the verb of a 把 sentence must be followed by other elements such as a complement, or an object.

● Sentence 的话, Sentence

要是不超重的话，5 块 8。
如果天气好的话，我们去公园。

"……的话"用在表示假设的分句后面，如：
... 的话 is used in a conditional complex sentence and it is placed at the end of the first clause, e.g.

● V O adj

寄 包裹 很贵。
坐 飞机 很快。

动词结构可以作主语。如：
The verbal structure may be used as a subject, e.g.

zìxíngchē háng 自行车行
a bicycle shop

xiūchē tān 修车摊
one-man quick-stop bicycle repair

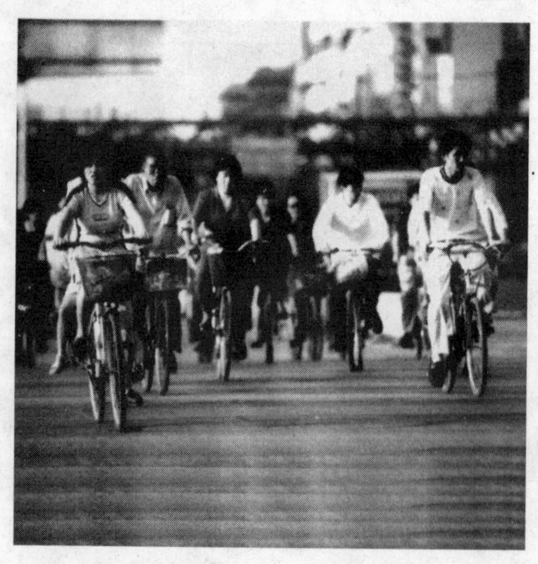

zìxíngchē liú 自行车流
a busy bicycle lane

cúnchēchù 存车处
a bicycle parking lot

Repairing a Bicycle 修理自行车 36

◆ Nǐ yòng zìxíngchē ma? Yàoshi bú yòng,
你 用 自行车 吗？ 要是 不 用，
jiè wǒ yòng yíxià. Wǒ yíhuìr jiù huílai.
借 我 用 一下。我 一会儿 就 回来。

◇ Nǐ bú shì xīn mǎile liàng zìxíngchē ma?
你 不 是 新 买了 辆 自行车 吗？

◆ Ràng rén tōu le. Nǐde zěnme méi rén tōu?
让 人 偷 了。你的 怎么 没 人 偷？

◇ Nǐ bù liǎojiě, xiǎotōur zhuān tōu xīn chē,
你 不 了解， 小偷儿 专 偷 新 车，
jiù chē méi rén tōu. Nǐ bù gāi mǎi xīn chē.
旧 车 没 人 偷。你 不 该 买 新 车。

◆ Nǐ zhēn cōngming. Nǎr mài jiù chē ya?
你 真 聪明。 哪儿 卖 旧 车 呀？

◇ Wǒ de bú shì mǎi de, shì péngyou sòng de.
我 的 不 是 买 的，是 朋友 送 的。

◆ Nǐ de chē zěnme qí bú dòng ya?
你 的 车 怎么 骑 不 动 呀？

◇ Hài, yòu huài le. Nǐ qù chēpù xiū yíxià ba.
嗐， 又 坏 了。你 去 车铺 修 一下 吧。

◆ Shīfu, wǒ de chē huài le, néng xiū ma?
师傅，我 的 车 坏 了， 能 修 吗？

★ Néng xiū. Bǎ chē fàng zài zhèr. Mǎshàng
能 修。把 车 放 在 这儿。 马上
gěi nǐ xiū. Bú yòng suǒ chē, diū bù liǎo.
给 你 修。不 用 锁 车， 丢 不 了。

yòng	v	*use*
jiè	v	*lend*
liàng	m	*(a measure word)*
ràng	prep	*by*
tōu	v	*steal*
zěnme	pro	*why*
liǎojiě	v	*understand*
xiǎotōur	n	*thief*
zhuān	adv	*especially*
jiù	adj	*old, used*
gāi	v	*should*
cōngming	adj	*intelligent, clever*
sòng	v	*give*
dòng	v	*move*
huài	adj	*bad, broken*
chēpù	n	*repair shop*
xiū	v	*repair*
shīfu	n	*master worker*
suǒ	v	*lock*
diū	v	*lose*
liǎo	v	*can possibly*

Substitution Drills 句型练习

1 S V O

◆ Nǐ yòng zìxíngchē ma?

你 用 [自行车] 吗?

◇ Wǒ bú yòng zìxíngchē.

我 不 用 [自行车]。

N	
cídiǎn	*dictionary*
zhàoxiàngjī	*camera*
lùyīnjī	*tape recorder*
shōuyīnjī	*radio set*

2 V O V O

◆ Jiè wǒ yòng yíxià nǐ de cídiǎn, kěyǐ ma?

借 我 用 一下 你 的 [词典], 可以 吗?

◇ Kěyǐ.

可以。

N	
yǔsǎn	
gāngbǐ	
shūbāo	*satchel*
dāozi	*knife*

3 O P S V

◆ Nǐ de zìxíngchē ràng shéi tōu le?

你 的 自行车 让 谁 [偷] 了?

◇ Ràng xiǎotōur tōu le.

让 [小偷儿] [偷] 了。

N	V
tā	mǎi
wǒ de péngyou	mài
nà gè rén	tōu
wǒ de tóngshì	jiè

4 S adj

◆ Nǐ de zìxíngchē zěnme la?

你 的 [自行车] 怎么 啦?

◇ Wǒ de zìxíngchē huài le.

我 的 [自行车] 坏 了。

N
shǒubiǎo - watch
qìchē - car
diànshìjī - TV
diànhuà - Telephone
zhàoxiàngjī - camera

-Diàn nǎo - Computer

5 S V de V

◆ Wǒ de zìxíngchē xiū de liǎo ma?

我 的 自行车 修 得 了 吗？

◇ Nǐ de zìxíngchē xiū bu liǎo.

你 的 自行车 修 不 了。

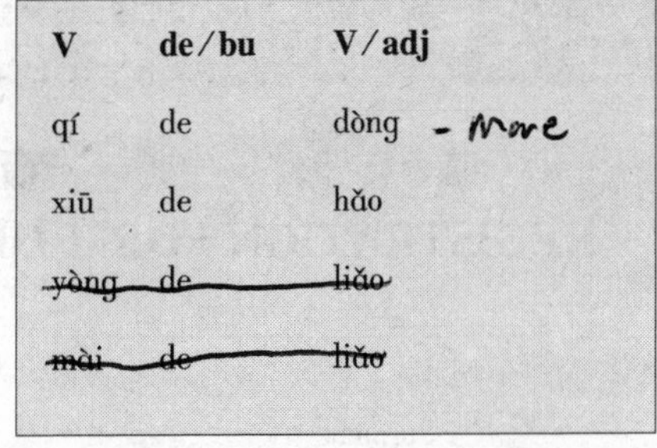

V	de/bu	V/adj
qí	de	dòng
xiū	de	hǎo
yòng	de	liǎo
mài	de	liǎo

6 O 是 S V O 的

◆ Zhè liàng chē shì shéi sòng nǐ de?

这 辆 车 是 谁 送 你 的？

◇ Shì wǒ péngyou sòng wǒ de.

是 我 朋友 送 我 的。

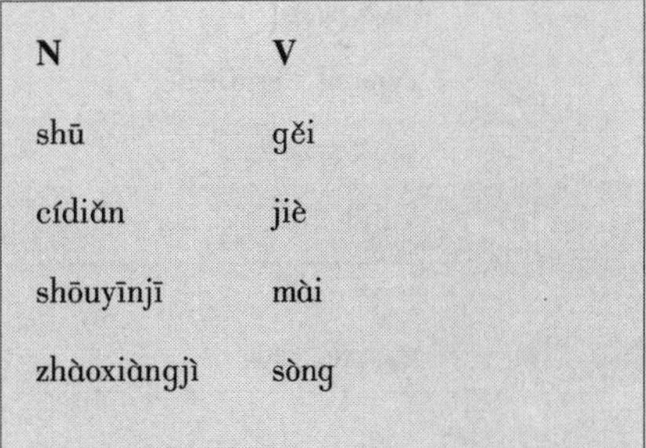

N	V
shū	gěi
cídiǎn	jiè
shōuyīnjī	mài
zhàoxiàngjì	sòng

Grammar 语法

● O 让S V

我的自行车 让 人 偷了。
我的车 叫 他 修好了。

在被动句中，"被"常用于书面语中，口语中多用"让"或"叫"，如：
In the passive sentences, 被 is used mostly in written Chinese. In colloquial speech 让 and 叫 are more usual.

● O V 得/不 V

我的车 修 得 了。
他的车 骑 不 动。

复习可能补语。
Review the potential complement.

● O 是 S V O 的

这辆车 是 朋友 送 我 的。
那本书 是 他 买 的。

"是……的"可以用来表示强调来源、用途等，如：
是 . . . 的 may be used to emphasize parts of a sentence indicating origin, use, e. g.

临　时　住　宿　登　记　表
REGISTRATION FORM OF TEMPORARY RESIDENCE

姓 Surname	名 First Name	性别 Sex
中文姓名 Name in Chinese	国籍 Nationality	出生日期 Date of Birth
证件种类 Type of Certificate	护照或证件号码 Passport or Certificate No.	签证种类 Type of Visa
签证有效期 Valid Visa	抵达日期 Date of Arrival	离店日期 Date of Departure
接待单位 Received by	房号 Room No.	

永久地址 Permanent Address	
职业及工作处所 Occupation & Place of Work	停留事由 Object of Stay
离店时我的账目结算将由 ON CHECKING OUT MY ACCOUNT WILL BE SETTLED BY: ☐ CASH 现金 ☐ CREDIT CARD 信用咭 ☐ T/A VOUCHER 旅行社凭单 ☐ OTHERS 其他	ROOM RATE 房价 退房时间是中午十二时整 CHECKING OUT TIME IS 12:00 NOON 宾客签字 Guest signature 署名
REMARKS 备注	GLERK'S INITIAL 职员签名

zhùsù dēngjì biǎo 住宿登记表

Formalities of a Hotel 住店手续

◆ Xiǎojiě, (wǒ bànlǐ yíxiàr zhù diàn shǒuxù)

小姐，我办理一下儿住店手续。

◇ Nín yùdìng fāngjiān le ma？

您预定房间了吗？

◆ Yùdìng le. Wǒ jiào Zhāng Jīngshēng.

预定了。我叫张京生。

◇ Nín yùdìng de shì yí gè biāozhǔnjiān hé yí gè tàojiān. Cóng 6 yuè 3 hào dào 7 hào.

您预定的是一个标准间和一个套间。从 6 月 3 号到 7 号。

◆ Duì. Néng zài gàosu wǒ yíxiàr jiàgé ma？

对。能再告诉我一下儿价格吗？

◇ Biāozhǔnjiān yì tiān 350, tàojiān 480.

标准间一天 350，套间 480。

◆ Bāokuò bù bāokuò zǎocān？

包括不包括早餐？

◇ Bāokuò. Nín xiān tián xià zhè zhāng biǎo.

包括。您先填下这张表。

◆ Wǒ wàng dài bǐ le. Jiè wǒ bǐ yòng yíxiàr.

我忘带笔了。借我笔用一下儿。

◇ Ràng wǒ kàn yíxiàr nín de shēnfènzhèng.

让我看一下儿您的身份证。

◆ Wǒ xīwàng yào gè ānjìng de fángjiān.

我希望要个安静的房间。

◇ Jiāo 300 kuài qián yājīn. Zhè shì yàoshi.

交 300 块钱押金。这是钥匙。

bànlǐ	v	*handle*
zhù	v	*live*
diàn	n	*hotel*
shǒuxù	n	*formalities*
yùdìng	v	*book, reserve*
biāozhǔnjiān	n	*standard room*
tàojiān	n	*suite*
duì	adj	*right*
jiàgé	n	*price*
bāokuò	v	*include*
zǎocān	n	*breakfast*
tián	v	*fill in*
biǎo	n	*form*
wàng	v	*forget*
dài	v	*bring, take*
shēnfènzhèng	n	*identity card*
xīwàng	v	*hope, wish*
ānjìng	adj	*quiet*
jiāo	v	*pay*
yājīn	n	*cash pledge*
yàoshi	n	*key*

Substitution Drills 句型练习

1 S V O

◆ Nǐ yùdìng fángjiān le ma?

你 预订 房间 了 吗？

◇ Wǒ yùdìng le.

我 预订 了。

N
fēijīpiào
huǒchēpiào
fángjiān
jīpiào - Plane ticket

2 S V O

◆ Nín yùdìng shénmeyàng de fángjiān?

您 预订 什么样 的 房间？

◇ Wǒ yùdìng yí gè biāozhǔnjiān.

我 预订 一个 标准间。

		N
2	gè	tàojiān
3	gè	biāozhǔnjiān
1	gè	zǒngtǒngtàofáng
		President room

3 S N N

◆ Biāozhǔnjiān yì tiān duōshao qián?

标准间 一 天 多少 钱？

◇ Biāozhǔnjiān yì tiān 280.

标准间 一 天 280。

N	
tàojiān	360
biāozhǔnjiān	250
tàojiān	450
zǒngtǒngtàofáng	5300

4 S V V O

◆ Tā wàng dài shénme le?

他 忘 带 什么 了？

◇ Tā wàng dài gāngbǐ le.

他 忘 带 钢笔 了。

V	N
xiě	míngzi
jiè	shū
wèn	dìzhǐ
shuō	shíjiān
mǎi	píjiǔ

5 V O V O

◆ Ràng wǒ kàn yíxiàr nǐ de shēnfènzhèng.

让 我 看 一下儿 你 的 [身份证]。

◇ Zhè shì wǒ de shēnfènzhèng.

这 是 我 的 [身份证]。

N	
hùzhào	*passport*
zhàopiàn	*photo*
shǒubiǎo	*wrist watch*
shū	*book*

6 S V V O

◆ Nǐ xīwàng yào shénmeyàng de fángjiān?

你 希望 要 什么样 的 房间？

◇ Wǒ xīwàng yào gè ānjìng de fángjiān.

我 希望 要 个 [安静 的] 房间。

cháo nán de	*southward*
dà de	
yǒu kōngtiáo de	*air conditioned*
yǒu diànshì de	
yǒu diànhuà de	

Grammar 语法

● S V 一下儿 O

动量补语“一下儿”常用来表示动作经历的时间短或表示轻松随便，其作用相当于动词重叠，如：

一下儿 is used to indicate that the action is done in a casual way or lasting for only a little while. Its function is similar to a repeated verb, e. g.

我 办理 一下儿 手续。
我 看 一下儿 你的身份证。
你 告诉我一下儿 价格。

● S 忘 V O

动宾结构可以作动词“忘”的宾语，如：

The object of the verb 忘 may be a verbal structure, e. g.

我 忘 带 笔了。
我 忘 吃 药了。

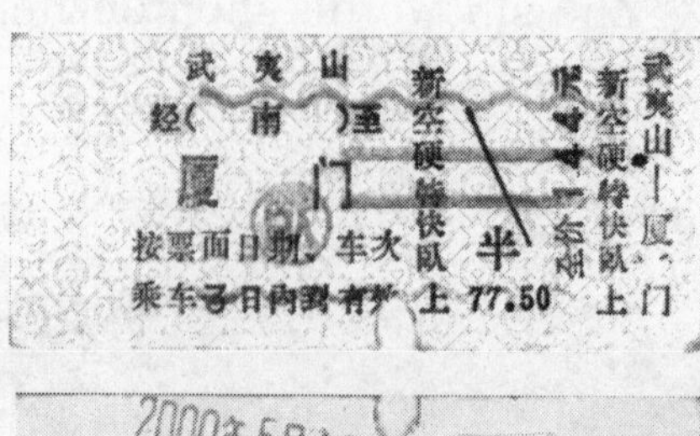

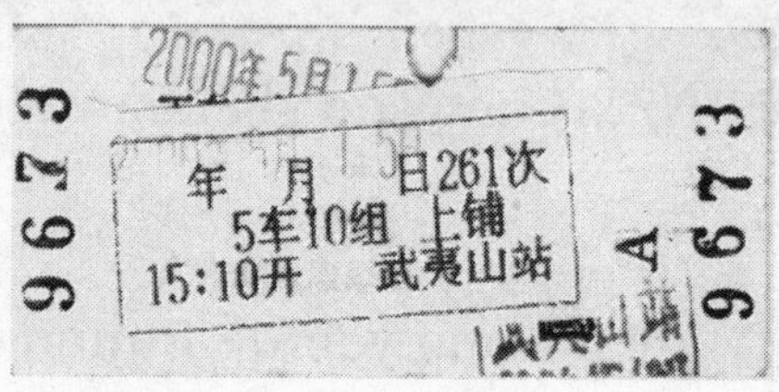

huǒchē piào 火车票 train tickets

At the Train Station 买火车票 38

◆ Qǐng wèn, chēzhàn shòupiàochù zài nǎr ?
请 问， 车站 售票处 在 哪儿?

◇ Zài jìnzhànkǒu hé chūzhànkǒu zhōngjiān.
在 进站口 和 出站口 中间。

◆ Mǎi yì zhāng dào Xī'ān de huǒchēpiào.
买 一 张 到 西安 的 火车票。

◇ Nín yào nǎ tiān de ? Duōshao cì de ?
您 要 哪 天 的? 多少 次 的?

◆ Hòutiān de. Dào Xī'ān yào jǐ gè xiǎoshí ?
后天 的。到 西安 要 几 个 小时?

◇ Tèkuài yào 15 gè xiǎoshí zuǒyòu.
特快 要 15 个 小时 左右。

◆ Wǒ dì yī cì qù, xiǎng xiàwǔ zǒu, dì 2 tiān zǎoshang dào. Nín kàn, zuò nǎ cì hǎo ?
我 第 一 次 去， 想 下午 走，第 二 天 早上 到。 您 看， 坐 哪 次 好?

◇ 21 cì xiàwǔ 3 diǎn kāi, dì 2 tiān 9 diǎn dào.
21 次 下午 3 点 开，第二 天 9 点 到。

◆ Hǎo, jiù yào 21 cì de. Yào wòpù.
好， 就 要 21 次 的。 要 卧铺。

◇ Yào yìngwò háishì ruǎnwò ?
要 硬卧 还是 软卧?

◆ Yào yìngwò. Zuì hǎo gěi wǒ yí gè xiàpù.
要 硬卧。 最 好 给 我 一 个 下铺。

◇ Xiàpù méi yǒu le, jiù shèngxià zhōngpù le.
下铺 没 有了，就 剩下 中铺 了。

chēzhàn	n	*railway station*
shòupiàochù	n	*booking office*
jìnzhànkǒu	n	*entrance*
chūzhànkǒu	n	*exit*
huǒchēpiào	n	*railway ticket*
cì	m	*order, number*
tèkuài	n	*express train*
zuǒyòu	n	*about*
cì	m	*time*
zǒu	v	*go away*
dào	v	*arrive*
kàn	v	*think, see*
kāi	v	*start, set out*
jiù	adv	*in that case*
wòpù	n	*sleeping berth*
yìngwò	n	*hard sleeper*
ruǎnwò	n	*soft berth*
gěi	v	*give*
xiàpù	n	*lower berth*
shèngxià	v	*be left (over)*
zhōngpù	n	*middle berth*

Substitution Drills 句型练习

1 S V O

◆ Nín mǎi dào nǎr de huǒchēpiào?

您 买 到 哪儿的 火车票？

◇ Mǎi yì zhāng dào Xī'ān de huǒchēpiào.

买 一 张 到 西安 的 火车票。

N
Shànghǎi
Guǎngzhōu
Wǔhàn
Qīngdǎo

2 S V O

◆ Nín yào nǎ tiān de?

您 要 哪 天 的？

◇ Wǒ yào hòutiān de.

我 要 后天 的。

N	N
cì	13 cì
tiān	míngtiān
tiān	xīngqītiān
tiān	18 hào

3 从 ___ 到 ___ V T

◆ Cóng zhèr dào Xī'ān yào jǐ gè xiǎoshí?

从 这儿 到 西安 要 几 个 小时？

◇ Tèkuài yào 15 gè xiǎoshí.

特快 要 15 个 小时。

N	N	
Běijīng	Shànghǎi	16
zhèr	nàr	10
Xī'ān	Nánjīng	13
Guǎngzhōu	Wǔhàn	14

4 S V O

◆ Nǐ dì jǐ cì qù Xī'ān?

你 第 几 次 去 西安？

◇ Wǒ dì 3 cì qù Xī'ān.

我 第 3 次 去 西安。

N	
Zhōngguó	1
Měiguó	2
Shànghǎi	3
Xiānggǎng	4
Tā de jiā	3

5 S T V

◆ Huǒchē shénme shíhou kāi ?

火车 什么 时候 [开]?

◇ Huǒchē 8 diǎn kāi.

火车 [8 点] [开]。

T	V
9:10	dào
10:30	kāi
2:20	dào
míngtiān xiàwǔ	dào

6 S V O 还是 O?

◆ Nǐ yào yìngwò háishì ruǎnwò ?

你 要 [硬卧] 还是 [软卧]?

◇ Wǒ yào yìngwò.

我 要 [硬卧]。

N		
yìngzuò	*hard seats*	wòpù
shàngpù		xiàpù
zhōngpù		xiàpù
shàngpù	*upper berth*	zhōngpù

Grammar 语法

● S 就 V O

(1) 好,就要21次的。
他就是张先生。

(2) 我就去打电话。
他就要回国了。

(3) 我就有50块钱。
这儿就三个人。

(4) 我就不去。
他就是不吃药。

副词"就"可以表示不同的意义。一,表示强调"就是";二,表示强调"立刻、马上";三,表示强调"只有";四,表示强调"坚决",如:

The adverb 就 is used before the predicate verb for emphasis of various implications, of which the common ones are as follows: (1) Emphasizing the meaning of "precisely". (2) Emphasizing the meaning of "immediately". (3) Emphasizing the meaning of "only". (4) Emphasizing the meaning of "resolution".

AIR CHINA

签注 ENDORSEMENTS / RESTRICTIONS (CARBON)

连续客票 CONJUNCTION TICKETS

Passenger ticket and baggage check

出票日期 DATE OF ISSUE 12JUL00

BSP—CHINA

始发地／目的地 ORIGIN / DESTINATION

定座记录编号 BOOKING REF BJSXNN

换开凭证 ISSUED IN EXCHANGE FOR M4MTD/1E

08012480 LIAN YUN 旅客联

BJS125

DEV51 PASSENGER CPN

1102

旅客姓名（不得转让）PASSENGER NAME (NOT TRANSFERABLE) 张苓

不作为运输使用／自 X/O NOT GOOD FOR PASSAGE FROM		承运人 CARRIER	航班号 FLIGHT	舱位等级 CLASS	日期 DATE	时间 TIME	定座情况 STATUS	票价级别／客票类别 FARE BASIS	客票生效日期 NOT VALID BEFORE	有效截止日期 NOT VALID AFTER	免费行李 ALLOW
北京	PEK	CA	1207	B	16JUL	0750	OK	YB90			20K
至 TO 西宁	XNN		VOID								
至 TO VOID											

托运 自理行李 BAGGAGE CHECKED UNCHECKED 件数 PCS 重量 WT

须遵照旅客乘机联前面的须知条款 SUBJECT TO CONDITIONS OF CONTRACT ON THE FRONT OF FLIGHT COUPON

票价 FARE CNY 1040.00

票价计算 FARE CALCULATION M16JUL00PEK CA XNN1040.00CNY1040.00END

实付等值货币 EQUIV. FARE PD.

税款 TAX

批准代号 APPROVAL CODE 旅游编号 TOUR CODE

付款方式 FORM OF PAYMENT CASH(CNY)

原出票 ORIGINAL ISSUE

总数 TOTAL CNY 1040.00

代理人 AIR-AGT. INFO

票联 CPN 航空公司代号 AIRLINE CODE 客票顺序号 FORM AND SERIAL NUMBER 检查号 CK

999 6054987879 3

控制号 CONTROL NO. 7879

以上空白处不得书写或涂改 DO NOT MARK OR WRITE IN THE WHITE AREA ABOVE

中国新疆航空公司 CHINA XINJIANG AIRLINES

签注 ENDORSEMENTS / RESTRICTIONS (CARBON)

客票及行李票 PASSENGER TICKET AND BAGGAGE CHECK 旅客联 PASSENGER COUPON

始发地／目的地 ORIGIN / DESTINATION URC/PEK

定座记录编号 BOOKING REFERENCE

旅游编号 TOUR CODE

换开凭证 ISSUED IN EXCHANGE FOR

连续客票 CONJUNCTION TICKET(S)

出票日期和地点 DATE AND PLACE OF ISSUE

XO IN PEK

URC201

DEV-1 营业员 AGENT 6902

旅客姓名 NAME OF PASSENGER 张郁富/CHD 不得转让 NOT TRANSFERABLE

不作为运输使用 NOT GOOD FOR PASSAGE		承运人 CARRIER	航班号 FLIGHT	舱位等级 CLASS	日期 DATE	时间 TIME	定座情况 STATUS	票价级别／客票类别 FARE BASIS / TKT DESIGNATOR	客票生效日期 NOT VALID BEFORE	有效截止日期 NOT VALID AFTER	免费行李 ALLOW
自 FROM 乌鲁木齐	URC	XO	9103	G	24JUL	1430	OK	CH50			
至 TO 北京	PEK		VOID								30K
至 TO VOID											

交运行李 BAGGAGE CHECKED 件数 PCS. 重量 WT.

票价 CNY 970.00

票价计算 FARE CALCULATION M 24JUL00URC XO PEK970.00CNY970.00END

实付等值货币 EQUIV. FARE PD.

须遵照旅客乘机联前面的须知条款 SUBJECT TO CONDITIONS OF CONTRACT ON THE FRONT OF FLIGHT COUPON

CNY 970.00

付款方式 FORM OF PAYMENT CHECK(CNY)

票联 CPN 航空公司代号 AIRLINE CODE 客票顺序号 FORM AND SERIAL NUMBER 检查号 CK

651 2200915481 2

原出票 ORIGINAL ISSUE 凭证号 DOCUMENT NUMBER 地点 PLACE 日期 DATE 营业员号 AGENT'S NUMERIC CODE

IATA

Domestic Passenger Ticket and Baggage Check

中国国内客票及行李票

6054987879 3

2 FLIGHT

Subject to conditions of contract in this ticket

This ticket is not valid and will not be accepted for carriage unless purchased from the issuing carrier or its authorized travel age

fēijī piào 飞机票 airplane ticket

◆ Nín hǎo ! Mínháng shòupiàochù.
您 好！ 民航 售票处。

◇ Wǒ yùdìng yì zhāng qù Bālí de fēijīpiào.
我 预订 一 张 去 巴黎 的 飞机票。

◆ Mànmān de shuō. Nín yùdìng nǎ tiān de ?
慢慢 地 说。 您 预订 哪 天 的？

◇ 3 yuè 15 hào de. Shì gè xīngqīsì.
3 月 15 号 的。 是 个 星期四。

◆ Xīngqīsì méi yǒu hángbān. Xīngqīsān yǒu.
星期四 没 有 航班。 星期三 有。

◇ Nà dìng 3 yuè 14 hào de ba.
那 订 3 月 14 号 的 吧。

◆ Děng yíxià, wǒ kàn yǒu piào ma. Yǒu.
等 一下， 我 看 有 票 嘛。 有。

◇ Zài dìng yì zhāng 4 yuè 3 hào cóng Bālí huílai de. Yào jīngjìcāng, duōshao qián ?
再 订 一 张 4 月 3 号 从 巴黎 回来 的。 要 经济舱， 多少 钱？

◆ Yígòng 6750. Qǐng tíqián 3 tiān qǔ piào.
一共 6750。 请 提前 3 天 取 票。

◇ Fēijī jǐ diǎn qǐfēi ? Shénme shíhou dào ?
飞机 几 点 起飞？ 什么 时候 到？

◆ Xiàwǔ 3 diǎn qǐfēi, dàngtiān Bālí 18 diǎn dào. Tíqián liǎng gè xiǎoshí dào jīchǎng .
下午 3 点 起飞， 当天 巴黎 18 点 到。 提前 两 个 小时 到 机场。

mínháng	n	*civil aviation*
yùdìng	v	*book, reserve*
fēijīpiào	n	*plane ticket*
màn	adj	*slow*
de	part	*(a structural particle)*
hángbān	n	*scheduled flight*
dìng	v	*book*
děng	v	*wait*
ma	part	*(a modal particle)*
jīngjì	n	*economy*
jīng jìcāng	n	*economy class*
tíqián	v	*in advance*
qǔ	v	*fetch*
piào	n	*ticket*
qǐfēi	v	*take off*
dàngtiān	n	*the same day*
jīchǎng	n	*airport*

Substitution Drills 句型练习

1 S V O

◆ Nín yùdìng qù nǎr de fēijīpiào ?

您 预订, 去 哪儿 的 [飞机票] ?

◇ Yùdìng yì zhāng qù Měiguó de fēijīpiào.

预订 一 张 去 [美国] 的 [飞机票]。

N	N
fēijīpiào	Fǎguó
fēijīpiào	Déguó
huǒchēpiào	Shànghǎi
huǒchēpiào	Xiānggǎng

2 S V O

◆ Xīngqītiān yǒu méi yǒu hángbān ?

[星期天] 有 没 有 航班 ?

◇ Yǒu hángbān.

有 航班。

N hángbān – Flight

míngtiān

hòutiān

xīngqīsì

15 hào

3 S V O 还是 O

◆ Nín yào jīngjìcāng háishì shāngwùcāng ?

您 要 [经济舱] 还是 [商务舱] ?

◇ Wǒ yào jīngjìcāng .

我 要 [经济舱]。

N	
tóuděngcāng	*first class cabin*
jīngjìcāng	*economy cabin*
shāngwùcāng	*business cabin*
2 děngcāng	*second class cabin*
3 děngcāng	*third class cabin*

4 S T V

◆ Fēijī jǐ diǎn qǐfēi ?

飞机 几 点 起飞 ?

◇ Fēijī 9 diǎn bàn qǐfēi.

飞机 [9 点 半] 起飞。

T

shàngwǔ 10 diǎn

xiàwǔ 3 diǎn

zǎoshang 7 diǎn

wǎnshang 8 diǎn

zhōngwǔ 12 diǎn

5 S T V O

◆ Fēijī shénme shíhou dào Běijīng?

飞机 什么 时候 到 北京?

◇ Fēijī dàngtiān xiàwǔ 3 diǎn dào.

飞机 当天 下午 3 点 到。

T	N
dì 2 tiān shàngwu	Shànghǎi
dàngtiān wǎnshang	Bālí
13 hào 16 diǎn	Dōngjīng
xīngqīliù xiàwu	Xī'ān

6 V V T V O

◆ Yào tíqián jǐ tiān qǔ piào?

要 提前 几天 取票?

◇ Yào tíqián 3 tiān qǔ piào.

要 提前 3 天 取 票。

T	V	N
jǐgè xiǎoshí	dào	jīchǎng
jǐ tiān	qǔ	fēijīpiào
duōcháng shíjiān	dào	huǒchēzhàn

Grammar 语法

● S adj 地 V O

你 慢慢地 说。

他 高兴地 告诉 我。

双音节形容词作状语修饰动词时,形容词后一般要加结构助词"地",如:

When a disyllabic adjective modifies a verb adverbially, it is generally followed by the structural particle 地, e. g.

● ______ 的 N

我朋友 的 东西

去买东西 的 人

● V 得

说 得 很好

听 得 懂

● ______ 地 V

慢慢 地 说

一点儿一点儿 地 吃

汉语中有三个结构助词,"的""得""地"。"的"附在定语后,名词前。"得"是附在动词、形容词后,补语前。"地"是在状语后,动词前。

There are three structural particles 的,得,地 in Chinese.

的 only occurs after an attributive modifier before a noun.

得 only occurs between a verb and a complement.

地 only occurs after an adverbial adjunct, before a verb.

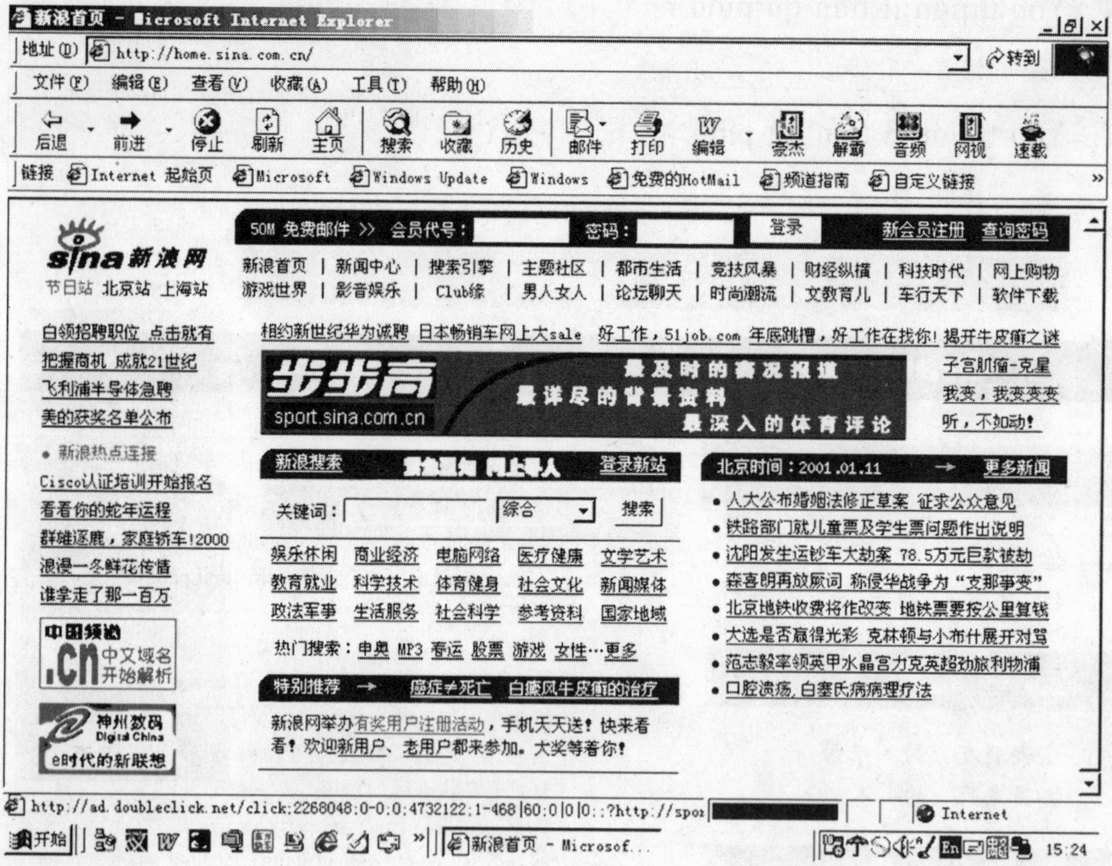

新浪首页 - Microsoft Internet Explorer
地址(D) http://home.sina.com.cn/ 转到
文件(F) 编辑(E) 查看(V) 收藏(A) 工具(T) 帮助(H)
后退 前进 停止 刷新 主页 搜索 收藏 历史 邮件 打印 编辑 豪杰 解霸 音频 网视 速载
链接 Internet 起始页 Microsoft Windows Update Windows 免费的HotMail 频道指南 自定义链接

sina 新浪网
节日站 北京站 上海站
50M 免费邮件 >> 会员代号： 密码： 登录 新会员注册 查询密码
新浪首页 | 新闻中心 | 搜索引擎 | 主题社区 | 都市生活 | 竞技风暴 | 财经纵横 | 科技时代 | 网上购物
游戏世界 | 影音娱乐 | Club缘 | 男人女人 | 论坛聊天 | 时尚潮流 | 文教育儿 | 车行天下 | 软件下载

白领招聘职位 点击就有
把握商机 成就21世纪
飞利浦半导体急聘
美的获奖名单公布
● 新浪热点连接
Cisco认证培训开始报名
看看你的蛇年运程
群雄逐鹿，家庭轿车!2000
浪漫一冬鲜花传情
谁拿走了那一百万
中国频道 .CN 中文域名 开始解析
神州数码 Digital China e时代的新联想

相约新世纪华为诚聘 日本畅销车网上大sale 好工作，51job.com 年底跳槽，好工作在找你! 揭开牛皮癣之谜
步步高 sport.sina.com.cn 最及时的赛况报道 最详尽的背景资料 最深入的体育评论
子宫肌瘤-克星
我变，我变变变
听，不如动!

新浪搜索 紧急通知 网上寻人 登录新站
关键词： 综合 搜索
娱乐休闲 商业经济 电脑网络 医疗健康 文学艺术
教育就业 科学技术 体育健身 社会文化 新闻媒体
政法军事 生活服务 社会科学 参考资料 国家地域
热门搜索：申奥 MP3 春运 股票 游戏 女性…更多
特别推荐 → 癌症≠死亡 白癜风牛皮癣的治疗
新浪网举办有奖用户注册活动，手机天天送! 快来看看! 欢迎新用户、老用户都来参加。大奖等着你!

北京时间：2001.01.11 → 更多新闻
● 人大公布婚姻法修正草案 征求公众意见
● 铁路部门就儿童票及学生票问题作出说明
● 沈阳发生运钞车大劫案 78.5万元巨款被劫
● 森喜朗再放厥词 称侵华战争为“支那事变”
● 北京地铁收费将作改变 地铁票要按公里算钱
● 大选是否赢得光彩 克林顿与小布什展开对骂
● 范志毅率领英甲水晶宫力克英超劲旅利物浦
● 口腔溃疡，白塞氏病病理疗法

http://ad.doubleclick.net/click;2268048;0-0;0;4732122;1-468|60;0|0|0;;?http://spor Internet
开始 新浪首页 - Microsof... 15:24

Xīnlàng wǎngyè 新浪网页 Sina website

◆ Nǐ xiànzài shàng wǎng ma ?
你 现在 上 网 吗？

◇ "Shàng wǎng" shì shénme yìsi ?
"上 网" 是 什么 意思？

◆ Nǐ zěnme lián zhè dōu bù zhīdào ya ?
你 怎么 连 这 都 不 知道 呀？

◇ Wǒ zìjǐ gāng mǎile tái diànnǎo, zhèng
我 自己 刚 买了 台 电脑， 正
xiǎng qǐngjiào nǐ ne, gěi wǒ jièshào yíxia.
想 请教 你呢， 给 我 介绍 一下。

◆ Nǐ kàn, zhè shì jǐgè wǎngzhàn, yǒu rén bǎ
你 看， 这 是 几个 网站， 有 人 把
hùliánwǎng jiàozuò xìnxī gāosù gōnglù.
互联网 叫做 信息 高速 公路。

◇ Wèishénme jiào gāosù gōnglù ne?
为什么 叫 高速 公路 呢？

◆ Wǒ rènwéi shì tā kěyǐ hěn kuài de xiàng
我 认为 是 它 可以 很 快 地 向
rénmen tígōng gè zhǒng gè yàng de fúwù.
人们 提供 各 种 各 样 的 服务。
Bǐrú, shōufā yóujiàn, yòu piányi yòu kuài.
比如，收发 邮件， 又 便宜 又 快。

◇ Guàibude jì xìn de rén yuèláiyuè shǎo le.
怪不得 寄 信 的 人 越来越 少 了。

◆ Hái kěyǐ yìbiān kàn xīnwén yìbiān liáotiānr.
还 可以 一边 看 新闻 一边 聊天儿。

shàng wǎng		*surf the net*
yìsi	n	*meaning*
lián... dōu...	conj	*even*
zìjǐ	pro	*self*
tái	m	*(a measure word)*
diànnǎo	n	*computer*
zhèng	adv	*just*
qǐngjiào	v	*ask for advice*
wǎngzhàn	n	*website*
hùliánwǎng	n	*the Internet*
jiàozuò	v	*call, be called*
xìnxī	n	*information*
gāosù gōnglù	n	*expressway*
rènwéi	v	*think, consider*
xiàng	prep	*for, to*
rénmen	n	*people*
tígōng	v	*provide*
gè zhǒng gè yàng		*various kinds of*
fúwù	n	*service*
bǐrú		*for example*
shōufā	v	*receive and send*
yóujiàn	n	*mail, letter*
guàibude		*no wonder*
yuèláiyuè		*more and more*
yìbiān... yìbiān		*simultaneously*
xīnwén	n	*news*
liáotiānr	v	*chat*

Substitution Drills 句型练习

1 S V O

◆ "Shàng wǎng" shì shénme yìsi?

"上　网" 是 什么 意思?

◇ Nǐ zěnme lián zhè dōu bù zhīdào ya?

你 怎么 连 这 都 不 知道 呀?

zhè gè cí	*this word*
zhè gè hànzì	*this Chinese character*
zhè gè jùzi	*this sentence*
wǎngzhàn	*website*
hùliánwǎng	*the Internet*

2 S 把 O Vv O

◆ Nǐ bǎ zhè gè dōngxi jiàozuò shénme?

你 把 这 个 东西 叫做 什么?

◇ Wǒ bǎ tā jiàozuò diànnǎo.

我 把 它 叫做 电脑。

N	N
hùliánwǎng	xìnxī gāosù gōnglù
nà gè dōngxi	jìsuànjī *computer*
mǎi dōngxi	gòuwù
zuò chūzūqìchē	dǎ dī *take a taxi*
jìsuànjī	diànnǎo *computer*

3 S V (S adj)

◆ Nǐ rènwéi shàng wǎng fāngbiàn ma?

你 认为 上 网 方便 吗?

◇ Wǒ rènwéi hěn fāngbiàn.

我 认为 很 方便。

S	adj	
yòng diànnǎo	fùzá	*complex*
zhè gè wèntí	jiǎndān	*simple*
xuéxí Hànyǔ	róngyi	*easy*
zuò chē	fāngbiàn	*convenient*
kàn bǐsài	yǒuyìsi	*interesting*

4 S V V O

◆ Wǎng shàng kěyǐ tígōng nǎxiē fúwù?

网 上 可以 提供 哪些 服务?

◇ Bǐrú shuō, shōufā diànzǐ yóujiàn.

比如 说, 收发 电子 邮件。

V	N	
gòu	wù	*things*
kàn	xīnwén	*news*
fā	diànzǐ yóujiàn	*e-mail*
zuò	~~mǎimai~~	*business*
xuéxí	wàiyǔ	*foreign language*

5 S 越来越 adj

◆ Shénme rén yuèláiyuè duō le?
什么 人 越来越 多 了?

◇ Shàng wǎng de rén yuèláiyuè duō le.
上 网 的人 越来越 多 了。

S	adj
jì xìn de rén	shǎo
kàn qiúsài de rén	duō
qìchē	piányi
dǎ diànhuà	fāngbiàn

6 S 一边 V O 一边 V O

◆ Nǐ yìbiān hē chá yìbiān kàn bào ma?
你 一边 喝 茶 一边 看 报 吗?

◇ Shì de.
是 的。

V N	V N
chī fàn	tīng yīnyuè
zǒu lù	kàn shū
kāi chē	liáotiānr
xuéxí	gōngzuò

Grammar 语法

● S 连 O 都(也)V

我 连 西藏 都 去过。
他 连 一个字 也 没 看懂。

"连……都(也)……"结构表示强调,含有"甚至"的意思,如:
The structure 连 ... 都 (也) ... is used for emphasis and means "even", e. g.

● S 一边 V O 一边 V O

我 一边 喝茶 一边 看报。
他 一边 学习 一边 工作。

"一边……一边……"表示两个同时进行的动作,如:
The structure 一边 ... 一边 ... shows two actions being done simultaneously.

● S 越来越 adj (V)

东西 越来越 贵。
我 越来越 喜欢他。

"越来越"在形容词或动词前,如:
越来越 is placed before adjectives or some verbs, e. g.

Vocabulary

词 汇 总 表

A

a	part	*(a modal particle)*	啊
ǎi	adj	*short*	矮
ài	v	*like, love*	爱
àihào	n	*interest, hobby*	爱好
àiren	n	*husband or wife*	爱人
ānjìng	adj	*quiet*	安静

B

bābǎochá	n	*assorted tea*	八宝茶
Bālí	n	*Paris*	巴黎
bǎ	m	*(a measure word)*	把
	prep		把
bà	n	*pa, dad*	爸
bàba	n	*dad*	爸爸
ba	part	*(a modal particle)*	吧
bái	adj	*white*	白
báijiǔ	n	*white spirit*	白酒
báipútaojiǔ	n	*white wine*	白葡萄酒
báisè	n	*white*	白色
bǎi	v	*place*	摆
bān	n	*class*	班
bānjiā	v	*move house*	搬家
bàn	n	*half*	半
bàngōngshì	n	*office*	办公室
bànlǐ	v	*handle*	办理
bànhuángguā	n	*cucumber salad*	拌黄瓜
bāng	v	*help*	帮
bāngzhù	v	*help*	帮助
bāo	v	*wrap*	包
bāozi	n	*steamed stuffed bun*	包子
bāoguǒ	n	*parcel*	包裹
bāokuò	v	*include*	包括
bǎolíngqiú	n	*bowling*	保龄球
bào	n	*newspaper*	报
bēi	m	*cup*	杯
bēizi	n	*cup, glass*	杯子
běi	n	*north*	北
běibian	n	*north*	北边
Běi Dà	n	*Beijing University*	北大
běifāng	n	*the North*	北方
Běijīng	n	*Beijing*	北京
Běiměizhōu	n	*North America*	北美洲
bèi	prep	*by*	被
běn	m	*(a measure word)*	本
běnzi	n	*notebook*	本子
bízi	n	*nose*	鼻子
bǐ	prep	*than*	比
bǐjiào	adv	*relatively*	比较
bǐrú		*for example*	比如
bǐsài	n	*match*	比赛
bǐ	n	*(tool for writing)*	笔
bìluóchūn	n	*Biluochun tea*	碧螺春
biāozhǔnjiān	n	*standard room*	标准间
biǎo	n	*table, form, watch*	表
bié	pron	*other*	别
bié	adv	*don't*	别
biérén	pron	*other people*	别人
bìng	n, v	*illness; be ill*	病
bōluó	n	*pineapple*	菠萝
bówùguǎn	n	*museum*	博物馆
bù	adv	*no, not*	不
búcuò	adj	*not bad*	不错
búdàn	cong	*not only*	不但
bùzhì	v	*decorate, arrange*	布置

C

cài	n	*dish*	菜
càidān	n	*menu*	菜单
càixīnr	n	*heart of a cabbage*	菜心儿
cānguān	v	*visit*	参观
cānjiā	v	*take part in*	参加
cānjīnzhǐ	n	*napkin paper*	餐巾纸
cǎoméi	n	*strawberry*	草莓
cèsuǒ	n	*toilet*	厕所

céng	n	*floor, storey*	层
chāzi	n	*fork*	叉子
chá	n	*tea*	茶
cháguǎn	n	*tea house*	茶馆
chà	v	*be short of*	差
chàbùduō	adv	*almost*	差不多
cháng	adj	*long*	长
chángpǎo	n	*long-distance running*	长跑
cháng	adv	*often*	常
cháng	v	*taste*	尝
chànggē	v	*sing a song*	唱歌
chāozhòng	v	*overweight*	超重
chē	n	*vehicle, bicycle*	车
chēpù	n	*repair shop*	车铺
chēshang		*on the bus*	车上
chēzhàn	n	*bus/railway station*	车站
chéng	n	*town, city*	城
chénggōng	v	*success*	成功
chī	v	*eat*	吃
chū lai	v	*go out*	出来
chūshēng	v	*be born; birth*	出生
chūzhànkǒu	n	*exit*	出站口
chūzū qìchē	n	*taxi, taxicab*	出租汽车
chúfáng	n	*kitchen*	厨房
chúle... yǐwài		*except, besides*	除了…以外
chuān	v	*put on, wear*	穿
chuān shang	v	*wear, put on*	穿上
chuāncài	n	*Sichuan food*	川菜
chuán	n	*boat*	船
chuānghu	n	*window*	窗户
chuāngtái	n	*windowsill*	窗台
chuáng	n	*bed*	床
chūntiān	n	*spring*	春天
cí	n	*word*	词
cídiǎn	n	*dictionary*	词典
cì	m	*order, time, number*	次
cōngming	adj	*intelligent, clever*	聪明
cóng	prep	*from*	从
cù	n	*vinegar*	醋

D

dǎ	v	*hit, play*	打
dǎ diànhuà		*make a phone call*	打电话
dǎ kāi	v	*open*	打开
dǎ dī	v	*take a taxi*	打的
dǎsuàn	v	*plan, intend*	打算
dà	adj	*big*	大
dàhào	n	*large size*	大号
Dàlián	n	*Dalian City*	大连
dàxué	n	*university*	大学
dàxuéshēng	n	*college student*	大学生
dàyī	n	*overcoat*	大衣
dàyuē	adv	*about*	大约
dài	v	*bring, take*	带
dàifu	n	*doctor*	大夫
dānzi	n	*form*	单子
dàn	adj	*light*	淡
dànshì	conj	*but*	但是
dàngtiān	n	*the same day*	当天
dāozi	n	*knife*	刀子
dào	prep	*to*	到
dào	v	*arrive, to*	到
dàochù	n	*everywhere*	到处
de	part	*(a modal particle)*	的
de	part	*(a structural particle)*	的
dehuà		*if*	的话
de	part	*(a structural particle)*	地
de	part	*(a structural particle)*	得
Déguó	n	*Germany*	德国
Déyǔ	n	*German*	德语
děi	v	*need*	得
děng	v	*wait*	等
dī	adj	*low*	低
dì	prefix	*(e. g. dì 1 first)*	第
dìdi	n	*younger brother*	弟弟
dìfang	n	*locality, place*	地方
dìtiě	n	*subway, metro*	地铁
dìtú	n	*map*	地图
dìzhǐ	n	*address*	地址
dìtiězhàn	n	*subway station*	地铁站
diǎn	n	*o'clock*	点
diǎn	v	*order (dishes)*	点
diǎnr	n	*a little*	点儿
diàn	n	*hotel, shop*	店
diànchē	n	*trolleybus, tram*	电车
diànhuà	n	*telephone*	电话
diànnǎo	n	*computer*	电脑

diànshì	n	*television*	电视
diànshìjī	n	*television set*	电视机
diàntī	n	*elevator*	电梯
diànyǐng	n	*film*	电影
diànyǐngpiào	n	*film ticket*	电影票
diànyǐngyuàn	n	*cinema*	电影院
diànzǐ yóujiàn	n	*e-mail*	电子邮件
dìng	v	*book, reserve*	订
diū	v	*lose*	丢
dōng	n	*east*	东
Dōngběi	n	*the Northeast*	东北
dōngbian	n	*east*	东边
Dōngjīng	n	*Tokyo*	东京
dōngxi	n	*thing*	东西
dōngtiān	n	*winter*	冬天
dǒng	n	*understand*	懂
dòng	v	*move*	动
dòngwùyuán	n	*zoo*	动物园
dōu	adv	*all*	都
dǔchē	v	*traffic jam*	堵车
dù	m	*degree*	度
dùzi	n	*belly*	肚子
duǎnpǎo	n	*short-distance running*	短跑
duǎnqī	n	*short-term*	短期
duǎnqībān	n	*short-term class*	短期班
duànliàn	v	*take exercise*	锻炼
duì	adj	*yes, right, just*	对
duì	prep	*for, to*	对
duìmiàn	n	*opposite*	对面
duō	adv	*how*	多
duō	adj	*many*	多
duōdà	pro	*how old*	多大
duōcháng	pro	*how long*	多长
duōshao	pro	*how many*	多少
duōyuǎn	pro	*how far*	多远

E

Éluósī	n	*Russia*	俄罗斯
è	adj	*hungry*	饿
érzi	n	*son*	儿子
érqiě	conj	*and also*	而且

F

fāshāo	v	have a fever	发烧
fāxiàn	v	*discover*	发现
fāyīn	n	*pronunciation*	发音
Fǎguó	n	*France*	法国
Fǎyǔ	n	*French*	法语
fǎláng	n	*franc*	法郎
fǎlǜ	n	*law*	法律
fānyì	v	*translate*	翻译
fàn	n	*meal*	饭
fàndiàn	n	*restaurant, hotel*	饭店
fànguǎnr	n	*restaurant*	饭馆儿
fāngbiàn	adj	*convenient*	方便
fángjiān	n	*room*	房间
fángzi	n	*house*	房子
fàng	v	*put*	放
fàngxīn	v	*be at ease*	放心
fēicháng	adv	*very, extremely*	非常
fēifǎ	adj	*unlawful*	非法
Fēizhōu	n	*Africa*	非洲
fēijī	n	*aeroplane*	飞机
fēijīchǎng	n	*airport*	飞机场
fēijīpiào	n	*plane ticket*	飞机票
fēn	m	*cent*	分
fēn	n	*minute*	分
fēnzhōng	n	*minute*	分钟
fēng	n	*wind*	风
fēng	m	*(a measure word)*	封
fú	m	*(a measure word)*	幅
fúwù	n	*service*	服务
fúwùyuán	adj	*attendant*	服务员
fùxí	v	*review*	复习
fùzá	v	*complex*	复杂
fùjìn	n	*nearby*	附近
fùkē	n	*gynecology*	妇科
fùmǔ	n	*father and mother*	父母
fùqin	n	*father*	父亲

G

gāi	v	*should*	该
gǎi	v	*correct*	改
gānbēi	v	*drink a toast*	干杯
gānjìng	adj	*clean*	干净
gānzào	adj	*dry, arid*	干燥
gǎnmào	v	*common cold*	感冒
gàn	v	*do*	干
gāng	adv	*only a short while ago*	刚

gāngcái	n	*a moment ago*	刚才
gāngbǐ	n	*pen*	钢笔
gāngqín	n	*piano*	钢琴
gǎngbì	n	*Hong Kong dollar*	港币
gāo	adj	*high, tall*	高
gāo'ěrfūqiú	n	*golf*	高尔夫球
gāosùgōnglù	n	*expressway*	高速公路
gāoxìng	adj	*glad, happy*	高兴
gāoxuèyā	n	*hypertension*	高血压
gàosu	v	*tell*	告诉
gēge	n	*elder brother*	哥哥
gè	m	*(a measure word)*	个
gè zhǒng gè yàng		*various kinds of*	各种各样
gěi	prep	*for*	给
gěi	v	*give*	给
gēn	prep	*with, as*	跟
gōngchǎng	n	*factory*	工厂
gōngchéngshī	n	*engineer*	工程师
gōngrén	n	*worker*	工人
gōngzuò	v, n	*work; job*	工作
gōngfēn	m	*centimetre*	公分
gōnggòngqìchē	n	*bus*	公共汽车
gōnglǐ	n	*kilometre*	公里
gōngsī	n	*company*	公司
gōngwùyuán	n	*civil servant*	公务员
gōngyuán	n	*park*	公园
gòu	v	*enough*	够
gòu... de		*enough*	够…的
gūjì	v	*estimate*	估计
gǔdiǎn	adj	*classical*	古典
Gùgōng	n	*the Forbidden City*	故宫
guāfēng	v	*blowing*	刮风
guà	v	*hang, put on*	挂
guà	v	*register*	挂
guàhàoxìn	n	*registered letter*	挂号信
guǎi	v	*turn*	拐
guàibude		*no wonder*	怪不得
guān	v	*close*	关
guānxi	n	*relation*	关系
guǎngbō	n	*broadcast*	广播
Guǎngdōng	n	*Guangdong Province*	广东
guì	adj	*honorable, expensive*	贵
guìzi	n	*cabinet*	柜子
guó	n	*country, state*	国
guójiā	n	*country*	国家
guóhuà	n	*Chinese painting*	国画
guò	v	*pass*	过
guò	part	*(a verbal particle)*	过

H

hái	adv	*also, as well*	还
hái kěyǐ	a	*passable, not bad*	还可以
háishì	adv	*still, yet*	还是
háishi	conj	*or*	还是
háizi	n	*children*	孩子
hǎi	n	*sea*	海
hǎixiān	n	*seafood*	海鲜
Hǎidiàn Qū	n	*Haidian District*	海淀区
Hǎinándǎo	n	*Hainan Island*	海南岛
hài	inter	*Damnit*	嗐
Hánguó	n	*Korea*	韩国
Hànyǔ	n	*Chinese*	汉语
Hànzì	n	*Chinese character*	汉字
háng	n	*line*	行
hángbān	n	*scheduled flight*	航班
hǎo	adj	*good, well*	好
hǎo	adv	*quite, very*	好
Hǎoba		*All right!*	好吧
hǎochī	adj	*delicious*	好吃
hǎohē	adj	*nice to drink*	好喝
hǎotiān	n	*a sunny day*	好天
hǎoxiàng	v	*be like, seem*	好像
hào	n	*number, date*	号
hē	v	*drink*	喝
hé	conj	*and*	和
hé	m	*(a measure word)*	盒
Héběi	n	*Hebei Province*	河北
héshì	adj	*suitable*	合适
hēi	adj	*black*	黑
hěn	adv	*very*	很
hóng	adj	*red*	红
hóngchá	n	*black tea*	红茶
hónglǜdēng	n	*traffic light*	红绿灯

hóngpútaojiǔ	n	*red wine*	红葡萄酒
hóngsè	n	*red*	红色
hòu	n	*after*	后
hòubian	n	*behind*	后边
hòunián	n	*the year after next*	后年
hòutiān	n	*the day after tomorrow*	后天
hú	n	*pot*	壶
hútòng	n	*lane, alley*	胡同
hùliánwǎng	n	*the Internet*	互联网
hùzhào	n	*passport*	护照
huā	v	*spend*	花
huāchá	n	*scented tea*	花茶
huār	n	*flower*	花儿
huāshēngmǐ	n	*shelled peanut*	花生米
huábīng	v	*skating*	滑冰
huáxuě	v	*skiing*	滑雪
huà	v	*paint, draw*	画
huàjiā	n	*painter*	画家
huàr	n	*painting*	画儿
huài	adj	*bad, broken*	坏
huàn	v	*change*	换
huángguā	n	*cucumber*	黄瓜
huángsè	n	*yellow*	黄色
huī	adj	*grey*	灰
huīsè	n	*grey*	灰色
huí	v	*return*	回
huíjiā	v	*go home*	回家
huílai	v	*return, be back*	回来
huì	v	*can, know how to*	会
húnshēn	n	*all over*	浑身
huódòng	n	*activity*	活动
huǒchē	n	*train*	火车
huǒchēpiào	n	*train ticket*	火车票
huǒchēzhàn	n	*railway station*	火车站
huòzhě	conj	*or*	或者

J

jī	n	*chicken*	鸡
jīdàn	n	*egg*	鸡蛋
jīchǎng	n	*airport*	机场
jíle	suffix	*extremely*	极了
jǐ	pro	*a few*	几
jǐ	pro	*how many*	几
jì	v	*post, mail*	寄
jìxìnrén	n	*sender*	寄信人
jì. . . yòu	conj	*both. . . and*	既…又
jìsuànjī	n	*computer*	计算机
jiā	n	*family, home*	家
jiā	m	*(a measure word)*	家
Jiānádà	n	*Canada*	加拿大
jiānádàyuán	n	*Canadian dollar*	加拿大元
jiǎ	adj	*fasle, fake*	假
jiàgé	n	*price*	价格
jiǎndān	adj	*simple*	简单
jiàn	m	*(a measure word)*	件
jiàn	v	*see*	见
jiànkāng	adj	*healthy*	健康
jiānglái	n	*future*	将来
jiǎng	v	*teach, explain*	讲
jiàngniúròu	n	*beef cooked in soy sauce*	酱牛肉
jiàngyóu	n	*soy sauce*	酱油
jiāo	v	*teach*	教
jiāo	v	*pay*	交
jiāotōngtú	n	*traffic map*	交通图
jiǎozi	n	*dumpling*	饺子
jiàoshì	n	*classroom*	教室
jiào	v	*call*	叫
jiàozuò	v	*be called*	叫做
jiézhàng	v	*settle accounts*	结账
jiějie	n	*elder sister*	姐姐
jiè	v	*lend*	借
jièshào	v	*introduce*	介绍
jīn	m	*0. 5kg*	斤
jīnnián	n	*this year*	今年
jīntiān	n	*today*	今天
jìn	v	*enter, go into*	进
jìnqu	v	*enter*	进去
jìnkǒu	v	*import*	进口
jìnzhànkǒu	n	*entrance*	进站口
jìn	adj	*near*	近
jìnr	n	*strength*	劲儿
jīngcháng	adv	*often*	经常
jīngjì	n	*economy*	经济
jīngjìcāng	n	*economy class*	经济舱
jīnglǐ	n	*manager*	经理
jīngjù	n	*Beijing opera*	京剧
jǐngchá	n	*policeman*	警察

jiǔ	n	*alcoholic drink*	酒
jiù	adj	*old, used*	旧
jiù	adv	*in that case, just, only*	就
júhuāchá	n	*chrysanthemum tea*	菊花茶
júzi	n	*orange*	橘子
júzishuǐ	n	*orange juice*	橘子水
jùzi	n	*sentence*	句子
juéde	v	*feel, think*	觉得

K

kāfēi	n	*coffee*	咖啡
kāfēiguǎn	n	*coffee house*	咖啡馆
kāfēitīng	n	*coffee bar*	咖啡厅
kāi	v	*write out*	开
kāi	v	*start*	开
kāi	v	*drive*	开
kāishǐ	v	*begin*	开始
kàn	v	*look*	看
kàn	v	*look at, see*	看
kàn	v	*read*	看
kànjiàn	v	*see*	看见
kànlái	v	*it seems*	看来
kǎo	v	*test*	考
kǎoshì	n	*examination*	考试
kǎoyā	n	*roast duck*	烤鸭
késou	v	*cough*	咳嗽
kě	adj	*thirsty*	渴
kělè	n	*coke*	可乐
kěnéng	adv	*maybe*	可能
kěshì	conj	*but*	可是
kěyǐ	v	*can, possible*	可以
kěyǐ shuō		*you can say*	可以说
kè	n	*a quarter*	刻
kè	n	*course, lesson*	课
kèwén	n	*text*	课文
kèqi	adj	*polite*	客气
kètīng	n	*drawing room*	客厅
kōngqì	n	*air*	空气
kōngtiáo	n	*air conditioner*	空调
kòngr	n	*free time*	空儿
kǒu	m	*(a measure word)*	口
kǒuyǔ	n	*spoken language*	口语
kùzi	n	*trousers*	裤子
kuài	adj	*fast, quick*	快
kuài	m	*(a unit of money: yuan)*	块
kuài	m	*(a measure word)*	块
kuàizi	n	*chopsticks*	筷子
kuàngquánshuǐ	n	*mineral water*	矿泉水

L

lā	v	*pull, play*	拉
lādùzi		*suffer from diarrhea*	拉肚子
là	adj	*peppery*	辣
làjiāo	n	*hot pepper*	辣椒
la	part	*(a modal particle)*	啦
lái	v	*come*	来
lái	v	*take*	来
lán	adj	*blue*	蓝
lánqiú	n	*basketball*	篮球
láojià		*Excuse me*	劳驾
lǎo	adj	*old*	老
lǎoshī	n	*teacher*	老师
le	part	*(a modal particle)*	了
lèi	adj	*tired*	累
lěng	adj	*cold*	冷
lí	prep	*from*	离
lí	n	*pear*	梨
Lǐ	n	*(a surname)*	李
lǐbian	n	*inside*	里边
lǐmian	n	*inside*	里面
lǐlā	n	*lira*	里拉
lìhai	adj	*fierce, terrible*	厉害
lìshǐ	n	*history*	历史
lián. . . dōu. . .		*even*	连…都
liàn	v	*practise*	练
liànxí	v, n	*exercise*	练习
liáng	adj	*cool*	凉
liángcài	n	*cold dishes*	凉菜
liángkuai	adj	*nice and cool*	凉快
liǎng	n	*two*	两
liàng	m	*(a measure word)*	辆
liáotiānr	v	*chat*	聊天儿
liǎo	v	*can*	了
liǎojiě	v	*understand*	了解
líng	n	*zero*	零

língqián	n	*small change*	零钱
língxià		*below zero*	零下
lìngwài	conj	*in addition*	另外
lóngjǐngchá	n	*Dragon Well tea*	龙井茶
lóu	n	*building*	楼
lóufáng	n	*building*	楼房
lù	n	*road*	路
lùkǒu	n	*crossroads*	路口
lùyīn	v	*record*	录音
lùyīnjī	n	*tape recorder*	录音机
lǚxíng	v	*travelling*	旅行
lǜchá	n	*green tea*	绿茶
lǜsè	n	*green*	绿色
lǜshī	n	*lawyer*	律师
Lúndūn	n	*London*	伦敦
Luómǎ	n	*Rome*	罗马

M

ma	part	*(a modal particle)*	吗
māma	n	*mom*	妈妈
máfan	adj	*troublesome*	麻烦
mǎi	v	*buy*	买
mǎimai	n	*business*	买卖
mài	v	*sell*	卖
mǎkè	n	*mark*	马克
mǎshàng	adv	*at once*	马上
mántou	n	*steamed bun*	馒头
màn	adj	*slow*	慢
máng	adj	*busy*	忙
máo	m	*(a unit of money: 0. 1 yuan)*	毛
máobǐ	n	*writing brush*	毛笔
máojīn	n	*towel*	毛巾
máoyī	n	*sweater*	毛衣
Máotáijiǔ	n	*Maotai spirit*	茅台酒
màozi	n	*hat, cap*	帽子
méi	adv	*no, not*	没
měi	pro	*every*	每
Měiguó	n	*U. S. A.*	美国
měishùguǎn	n	*art gallery*	美术馆
měiyuán	n	*U. S. dollar*	美元
měitiān	n	*everyday*	每天
mèimei	n	*younger sister*	妹妹
mén	n	*door*	门
ménkǒu	n	*entrance*	门口
men		*(a suffix)*	们
míhóutáo	n	*kiwi berry*	猕猴桃
mǐ	m	*metre*	米
mǐfàn	n	*cooked rice*	米饭
miànbāo	n	*bread*	面包
miàntiáo	n	*noodles*	面条
Mínháng	n	*civil aviation*	民航
míngcài	n	*famous dishes*	名菜
míngpiàn	n	*visiting card*	名片
míngzi	n	*name*	名字
míngnián	n	*next year*	明年
míngtiān	n	*tomorrow*	明天
míngxìnpiàn	n	*postcard*	明信片
mǔqin	n	*mother*	母亲

N

ná	v	*take*	拿
nǎ	pro	*which*	哪一个
nǎr	pro	*where*	哪儿
nà	pro	*that*	那
nàr	pro	*there*	那儿
na	conj	*then*	那
nǎinai	n	*grandmother*	奶奶
nán	adj	*difficult*	难
nánhē	adj	*hard to drink*	难喝
nánkàn	adj	*ugly*	难看
nánxué	adj	*difficult to learn*	难学
nán	n	*south*	南
nánbian	n	*south*	南边
nánfāng	n	*the South*	南方
Nánjīng	n	*Nanjing City*	南京
Nánměizhōu	n	*South America*	南美洲
nánpéng you	n	*boyfriend*	男朋友
ne	part	*(a modal particle)*	呢
nèikē	n	*internal medicine*	内科
Nèiměnggǔ	n	*Inner Mongolia*	内蒙古
néng	v	*can*	能
nǐ	pro	*you*	你
nǐmen	pro	*you (plural)*	你们
nián	n	*year*	年
niàn	v	*read*	念
nín	pro	*you (respectful)*	您

niúnǎi	n	*milk*	牛奶
niúròu	n	*beef*	牛肉
Niǔyuē	n	*New York*	纽约
nóngmín	n	*peasant*	农民
nǔlì	adj	*try hard*	努力
nǚ'ér	n	*daughter*	女儿
nǚpéngyou	n	*girlfriend*	女朋友
nuǎnhuo	adj	*warm, nice and warm*	暖和

O

Ōuzhōu	n	*Europe*	欧洲
ōuyuán	n	*Euro*	欧元

P

pà	v	*fear, dread*	怕
páiduì	v	*line up*	排队
páiqiú	n	*volleyball*	排球
pán	n	*plate*	盘
pángbiān	n	*side*	旁边
pàng	adj	*fat*	胖
pén	n	*pot*	盆
péngyou	n	*friend*	朋友
píjiǔ	n	*beer*	啤酒
piányi	adj	*cheap*	便宜
piàn	v	*deceive, fool*	骗
piàn	m	*(a measure word)*	片
piào	n	*ticket*	票
piàoliang	adj	*beautiful*	漂亮
pīngpāngqiú	n	*ping-pong*	乒乓球
píng	n	*bottle*	瓶
píngfáng	n	*single-storey house*	平房
píngguǒ	n	*apple*	苹果
pútao	n	*grape*	葡萄
pútaojiǔ	n	*wine*	葡萄酒

P

qǐchuáng	v	*get out of bed*	起床
qǐfēi	v	*take off*	起飞
qí	v	*ride*	骑
qìwēn	n	*air temperature*	气温
qìchē	n	*automobile*	汽车
qìchēpiào	n	*bus ticket*	汽车票
qìchēzhàn	n	*bus station*	汽车站
qiānbǐ	n	*pencil*	铅笔
qián	n	*forward, ahead*	前
qiánbian	n	*in front*	前边
qiánnián	n	*the year before last*	前年
qiántiān	n	*the day before yesterday*	前天
qián	n	*money*	钱
qiáng	n	*wall*	墙
qiáo	v	*look*	瞧
qīngcài	n	*vegetable*	青菜
Qīngdǎo	n	*Qingdao City*	青岛
qīngdàn	adj	*light, not greasy*	清淡
qíngtiān	n	*a sunny day*	晴天
qǐng	v	*invite*	请
qǐng	v	*please*	请
qǐngjiào		*ask for advice*	请教
qǐngwèn	v	*Excuse me*	请问
qiūtiān	n	*autumn*	秋天
qiúmí	n	*a soccer fan*	球迷
qiúpiào	n	*football ticket*	球票
qǔ	v	*take, get, fetch*	取
qù	v	*go*	去
qùnián	n	*last year*	去年
qúnzi	n	*skirt*	裙子

R

ràng	prep	*by*	让
ràng	v	*let, make*	让
rè	adj	*hot*	热
rècài	n	*hot dish*	热菜
rén	n	*person*	人
rénmen	n	*people*	人们
rénmínbì	n	*Renminbi*	人民币
rènshi	v	*know*	认识
rènwéi	v	*think, consider*	认为
Rìběn	n	*Japan*	日本
rìyǔ	n	*Japanese*	日语
rìyuán	n	*Japanese yen*	日元
róngyi	adj	*easy*	容易
ròu	n	*meat*	肉
rúguǒ	conj	*if*	如果
ruǎnwò	n	*soft berth*	软卧

S

sǎngzi	n	*throat*	嗓子
sè	n	*colour*	色
shāfa	n	*sofa*	沙发
Shāndōng	n	*Shandong Province*	山东
shāngdiàn	n	*shop, store*	商店
shāngrén	n	*businessman*	商人
shāngwùcāng	n	*business class*	商务舱
shàng	n	*on*	上
shàng	v	*go up, go to*	上
shàngbān	n	*go to work*	上班
shàngbian	v	*up, upward*	上边
shàngkè	v	*attend class*	上课
shàng gè yuè		*last month*	上个月
Shànghǎi	n	*Shanghai City*	上海
shàngwǎng	v	*surf the net*	上网
shàngwǔ	n	*forenoon*	上午
shàngyī	n	*upper outer garment*	上衣
sháozi	n	*ladle*	勺子
shǎo	adj	*few*	少
shèbèi	n	*equipment*	设备
shéi	pro	*who*	谁
shēnfènzhèng	n	*identity card*	身份证
shēntǐ	n	*body*	身体
shénme	pro	*what*	什么
shénmede		*and so on*	什么的
shén me shí hou		*when*	什么时候
shēngcí	n	*new words*	生词
shēnghuó	n, v	*life*	生活
shēngrì	n	*birthday*	生日
shèngxia	v	*be left (over)*	剩下
shīfu	n	*master worker*	师傅
shíhou	n	*time, moment*	时候
shíjiān	n	*time*	时间
shímáo	adj	*fashionable*	时髦
shízì	n	*cross*	十字
shì	n	*city*	市
shì	v	*be*	是
shìbiǎo	v	*take sb.'s temperature*	试表
shìde		*yes, all right*	是的
shìr	n	*thing*	事儿
shōu	v	*accept*	收
shōufā	v	*receive and send*	收发
shōuxìnrén	n	*recipient*	收信人
shōuyīnjī	n	*radio set*	收音机
shǒubiǎo	n	*wrist watch*	手表
shǒujī	n	*mobile phone*	手机
shǒuxù	n	*formalities*	手续
shǒudū	n	*capital*	首都
shòuhuòyuán	n	*shop assistant*	售货员
shòupiàochù	n	*booking office*	售票处
shòu	adj	*thin*	瘦
shū	n	*book*	书
shūbāo	n	*satchel*	书包
shūdiàn	n	*bookshop*	书店
shūfáng	n	*study*	书房
shūjià	n	*bookshelf*	书架
shūfu	adj	*be well, comfortable*	舒服
shūshu	n	*uncle*	叔叔
shùxué	n	*mathematics*	数学
shuǐguǒ	n	*fruit*	水果
shuìjiào	v	*sleep*	睡觉
shuō	v	*speak, say*	说
sījī	n	*driver*	司机
sīrén	n	*private, personal*	私人
Sìchuān	n	*Sichuan Province*	四川
sòng	v	*give*	送
suān	adj	*acid, sour*	酸
suānniúnǎi	n	*yoghurt*	酸牛奶
suì	n	*year (of age)*	岁
suǒ	v	*lock*	锁
suǒyǐ	conj	*so, therefore*	所以

T

tā	pro	*he*	他
tāde		*his*	他的
tāmen	pro	*they*	他们
tā	n	*she*	她
tā	n	*it*	它
tái	m	*(a measure word)*	台
Táiwān	n	*Taiwan*	台湾
tài	n	*too*	太
tàiyang	n	*sun*	太阳
Tàiguó	n	*Thailand*	泰国
tán	n	*pluck, play*	弹
tāng	n	*soup*	汤
tāngyào	n	*decoction of medicine*	汤药
táng	n	*sugar*	糖
tǎng	v	*lie dwon*	躺

táo	n	*peach*	桃
tàojiān	n	*suite*	套间
tèkuài	n	*express train*	特快
téng	adj	*ache, have a pain*	疼
tī	v	*kick, play*	踢
tígōng	v	*provide*	提供
tíqián	v	*in advance*	提前
tǐyùchǎng	n	*stadium*	体育场
tǐyùguǎn	n	*gymnasium*	体育馆
tiān	n	*day*	天
Tiān'ānmén	n	*Tian'anmen*	天安门
Tiānjīn	n	*Tianjin City*	天津
tiānqì	n	*weather*	天气
tián	adj	*sweet*	甜
tián	v	*fill in*	填
tiánjìng	n	*track and field*	田径
tiáo	m	*(a measure word)*	条
tiàowǔ	v	*dance*	跳舞
tiē	v	*stick on, paste*	贴
tīng	adv	*listen*	听
tīngshuō	v	*be told*	听说
tíng	v	*stop*	停
tíngchēchǎng	v	*parking lot*	停车场
tǐng	n	*very, rather*	挺
tóngshì	n	*colleague*	同事
tóngxué	n	*schoolmate*	同学
tóngyì	v	*agree*	同意
tōu	v	*steal*	偷
tóu	n	*head*	头
tóuděngcāng	n	*first class*	头等舱
túshūguǎn	n	*library*	图书馆
tù	v	*vomit*	吐
tuǐ	n	*leg*	腿
tuì	v	*return, give back*	退

W

wàibian	n	*outside*	外边
wàihuì	n	*foreign exchange*	外汇
wàikē	n	*surgical department*	外科
wàiyǔ	n	*foreign language*	外语
wán	v	*finish*	完
wánr	v	*play, have fun*	玩儿
wǎn	n	*bowl*	碗
wǎn	adj	*late*	晚
wǎnfàn	n	*supper*	晚饭
wǎnshang	n	*evening*	晚上
Wáng	n	*(a surname)*	王
wǎng	prep	*in the direction of*	往
wǎngqiú	n	*tennis*	网球
wǎngzhàn	n	*website*	网站
wàng	v	*forget*	忘
wēishìjì	n	*whisky*	威士忌
wèi	inter	*hello*	喂
wèi	m	*(a measure word)*	位
wèi	prep	*for*	为
wèishénme	pro	*why*	为什么
wèi	n	*stomach*	胃
wèiyán	n	*gastritis*	胃炎
wèishēngjiān	n	*toilet*	卫生间
wèishēngzhǐ	n	*toilet paper*	卫生纸
wēndù	n	*temperature*	温度
wénxué	n	*literature*	文学
wèn	v	*ask*	问
wèntí	n	*problem*	问题
wǒ	pro	*I, me*	我
wǒde		*my*	我的
wǒmen	pro	*we, us*	我们
wòpù	n	*sleeping berth*	卧铺
wòshì	n	*bedroom*	卧室
wūlóngchá	n	*oolong tea*	乌龙茶
wǔfàn	n	*lunch*	午饭
wù	n	*fog*	雾
wù	n	*things*	物

X

xī	n	*west*	西
Xī'ān	n	*Xi'an City*	西安
xībian	n	*west*	西边
xīcān	n	*Western-style meal*	西餐
xīguā	n	*watermelon*	西瓜
xīhóngshì	n	*tomato*	西红柿
Xīhú	n	*the West Lake*	西湖

xīyào	n	*Western medicine*	西药
Xīzàng	n	*Tibet*	西藏
xīwàng	v	*hope, wish*	希望
xīyān	v	*smoke*	吸烟
xíguàn	v	*be accustomed to*	习惯
xǐhuān	v	*like*	喜欢
xiā	n	*shrimp*	虾
xià	n	*a bit*	下
xià	v	*go down, get off*	下
xiàbān	v	*get off work*	下班
xiàbian	n	*under, down*	下边
xià gè xīngqī		*next week*	下个星期
xià gè yuè	v	*next month*	下个月
xiàjiǔcài	n	*cold dishes*	下酒菜
xiàkè	v	*get out of class*	下课
xiàpù	n	*lower berth*	下铺
xiàqí	v	*play chess*	下棋
xiàwǔ	n	*afternoon*	下午
xiàxuě	v	*snowing*	下雪
xiàyǔ	v	*raining*	下雨
xiàhu	v	*frighten, scare*	吓唬
xiàtiān	n	*summer*	夏天
xiān	adv	*first, earlier*	先
xiānsheng	n	*Mister (Mr.)*	先生
xián	adj	*salty*	咸
xiànjīn	n	*cash*	现金
xiànzài	n	*now*	现在
xiàndàihuà	adj	*modernize*	现代化
xiāngbīnjiǔ	n	*champagne*	香槟酒
Xiānggǎng	n	*Hong Kong*	香港
xiānggū	n	*mushroom*	香菇
xiāngjiāo	n	*banana*	香蕉
xiāngzào	n	*perfumed soap*	香皂
xiǎng	v	*want to, think*	想
xiàng	prep	*to, in the direction of*	向
xiàng	prep	*for*	向
xiǎo	adj	*small*	小
xiǎojiě	n	*Miss, Ms*	小姐
xiǎoshí	n	*hour*	小时
xiǎotíqín	n	*violin*	小提琴
xiǎotōur	n	*petty thief*	小偷儿
xiǎoxuéshēng		*primary school student*	小学生
xiē	m	*some*	些
xiě	v	*write*	写
xièxie	v	*thank*	谢谢
xīn	adj	*new*	新
xīnjiāpōyuán	n	*Singapore dollar*	新加坡元

Xīnjiāng	n	*Xinjiang Uygur Autonomus Region*	新疆
xīnwén	n	*news*	新闻
xīnlǐxué	n	*psychology*	心理学
xīnzàng	n	*heart*	心脏
xīnzàngbìng	n	*heart disease*	心脏病
xìn	n	*letter*	信
xìnxī	n	*information*	信息
xìnyòngkǎ	n	*credit card*	信用卡
xīngqī	n	*week*	星期
xíng	adj	*all right*	行
xìng	n	*surname*	姓
xìngmíng	n	*full name*	姓名
xiū	v	*repair*	修
xiūxi	v	*have a rest*	休息
xuésheng	n	*student*	学生
xuéxí	v	*learn*	学习
xuéxiào	n	*school*	学校
xuéyuàn	n	*college*	学院
xuéyuànlù	n	*(a road name)*	学院路
xuě	n	*snow*	雪
Xuěbì	n	*Sprite*	雪碧

Y

ya	part	*(a modal particle)*	呀
yājīn	n	*cash pledge*	押金
yá	n	*tooth*	牙
yágāo	n	*toothpaste*	牙膏
yákē	n	*dentistry*	牙科
Yàzhōu	n	*Asia*	亚洲
yán	n	*salt*	盐
yánsè	n	*colour*	颜色
yǎnjīng	n	*eye*	眼睛
yǎnkē	n	*ophthalmology*	眼科
yángròu	n	*mutton*	羊肉
yàng	n	*appearance, kind*	样
yào	n	*medicine, drug*	药
yàofāng	n	*prescription*	药方
yàofáng	n	*pharmacy*	药房
yào	v	*need, should, want*	要
yàoshì	conj	*if*	要是
yàoshi	n	*key*	钥匙
yéye	n	*grandfather*	爷爷
yě	adv	*also, too*	也
yè	n	*page*	页
yèyú	n	*sparetime*	业余
yíxià	m	*once, one time*	一下

yíyàng	n	*the same*	一样
yìbān láishuō		*generally speaking*	一般来说
yìbiān	adv	*simultaneously*	一边
yìdiǎnr	m	*a little*	一点儿
yídìng	adv	*certainly*	一定
yígòng	adv	*all told, in all*	一共
yíhuìr		*a little while*	一会儿
yíkèzhōng	n	*a quarter*	一刻钟
yìqǐ	adv	*together*	一起
yìzhí	adv	*straight*	一直
yīfu	n	*clothing*	衣服
yīxué	n	*medicine*	医学
yīyuàn	n	*hospital*	医院
Yíhéyuán	n	*the Summer Palace*	颐和园
yǐhòu	n	*after*	以后
yǐqián	n	*before*	以前
yǐjīng	adv	*already*	已经
yǐzi	n	*chair*	椅子
Yìdàlì	n	*ltaly*	意大利
yìsi	n	*meaning*	意思
yīntiān	n	*a cloudy day*	阴天
yīnwèi	n	*because*	因为
yīnyuè	n	*music*	音乐
yínháng	n	*bank*	银行
yǐnliào	n	*beverage, drink*	饮料
Yìndù	n	*India*	印度
Yìnní	n	*Indonesia*	印尼
Yīngguó	n	*Britain*	英国
yīngbàng	n	*pound sterling*	英镑
Yīngwén	n	*English*	英文
Yīngyǔ	n	*English*	英语
yīnggāi	v	*should, must*	应该
yīngtáo	n	*cherry*	樱桃
yìngwò	n	*hard sleeper*	硬卧
yìngzuò	n	*hard seat*	硬座
yòng	v	*use*	用
yòngbùliǎo		*needn't so much*	用不了
yǒng	n	*swim*	泳
yóu	v	*swim*	游
yóuyǒng	v	*swim*	游泳
yóucài	n	*rape*	油菜
yóuhuà	n	*oil painting*	油画
yóujiàn	n	*mail, letter*	邮件
yóujú	n	*post office*	邮局
yóupiào	n	*stamp*	邮票
yǒu	v	*there is, have*	有
yǒude		*some*	有的
yǒudiǎnr	adv	*a little*	有点儿
yǒumíng		*famous*	有名
yǒushíhou	adj	*sometimes*	有时候
yǒuyìsi	adj	*interesting*	有意思
yòu	adv	*also, again*	又
yòu... yòu...	conj	*both... and...*	又…又
yòubian	n	*the right side*	右边
yú	n	*fish*	鱼
yǔ	n	*rain*	雨
yǔsǎn	n	*umbrella*	雨伞
yǔfǎ	n	*grammar*	语法
yǔyīn	n	*pronunciation*	语音
yǔmáoqiú	n	*badminton*	羽毛球
yùbào	n	*forecast*	预报
yùdìng	v	*book, reserve*	预订
yùxí	v	*prepare*	预习
yuánzhūbǐ	n	*ball-pen*	圆珠笔
yuǎn	adj	*far away*	远
yuēhuì	n	*appointment*	约会
yuè	n	*month, moon*	月
yuèláiyuè		*more and more*	越来越
yuèqì	n	*musical instrument*	乐器
yùndòng	n	*sports*	运动

Z

zázhì	n	*magazine*	杂志
zài	adv	*again*	再
zàijiàn	v	*goodbye*	再见
zài	prep	*be at*	在
zánmen	pro	*we*	咱们
zǎocān	n	*breakfast*	早餐
zǎofàn	n	*breakfast*	早饭
zǎoshang	n	*morning*	早上

zěnme	pro	*why, how*	怎么
zěnmeyàng	pro	*how*	怎么样
zhàn	v	*stand*	站
Zhāng	n	*(a surname)*	张
zhāng	m	*(a measure word)*	张
zhǎng	v	*grow*	长
zháoliáng	v	*catch a cold*	着凉
zhǎo	v	*give change*	找
zhǎo	v	*look for*	找
zhǎodào	v	*find*	找到
zhào	v	*photograph*	照
zhàopiàn	n	*photo*	照片
zhàoxiàng	v	*photograph*	照相
zhàoxiàngjī	n	*camera*	照相机
zhè	pro	*this*	这
zhè gè xīngqī		*this week*	这个星期
zhè gè yuè		*this month*	这个月
zhèr	pro	*here*	这儿
zhe	part	*(a verbal particle)*	着
zhēn	adj	*real*	真
zhèng	adv	*just*	正
zhèngzài	adv	*in process of*	正在
zhī	m	*(a measure word)*	支
zhīdào	v	*know*	知道
zhíyuán	n	*office worker*	职员
zhǐ	adv	*only*	只
zhǐxiāng	n	*carton*	纸箱
zhōngcān	n	*Chinese meal*	中餐
Zhōngguó	n	*China*	中国
Zhōngguófàn	n	*Chinese food*	中国饭
zhōnghào	n	*medium size*	中号
zhōngjiān	n	*between*	中间
zhōngpù	n	*middle berth*	中铺
zhōngwǔ	n	*noon*	中午
zhōngxīn	n	*centre*	中心
Zhōngxuéshēng		*middle school student*	中学生
zhōngyào	n	*Chinese medicine*	中药
zhǒng	m	*kind, sort*	种
zhōumò	n	*weekend*	周末
zhōuwéi	n	*around*	周围
zhūròu	n	*pig*	猪肉
zhǔshí	n	*staple food*	主食
zhù	v	*live*	住
zhuān	adv	*especially*	专
zhuānyè	n	*speciality*	专业
zhuōzi	n	*table*	桌子
zìjǐ	pro	*self*	自己
zìxíngchē	n	*bicycle*	自行车
zǒngtǒng	n	*president*	总统
zǒu	v	*go away, walk, leave*	走
zúqiú	n	*football*	足球
zúqiúpiào	n	*football ticket*	足球票
zǔfù	n	*grandfather*	祖父
zǔmǔ	n	*grandmother*	祖母
zuì	adv	*most, -est*	最
zuìjìn	n	*recently*	最近
zuótian	n	*yesterday*	昨天
zuǒbian	n	*the left side*	左边
zuǒyòu	n	*about, or so*	左右
zuò	v	*do*	做
zuòfàn		*do the cooking*	做饭
zuò	v	*sit, travel by*	坐
zuòyè	n	*homework*	作业

责任编辑：贾寅淮　郁　苓
封面设计：禹　田
图　　片：任树垠　勾　霞　王　志　黄大威

《新编基础汉语·口语篇》
口 语 速 成
张朋朋　著
*

华语教学出版社出版
（中国北京百万庄路 24 号）
邮政编码 100037
电话:86-010-68995871 / 68326333
传真: 86-010-68326333
电子信箱: hyjx@263.net
北京外文印刷厂印刷
中国国际图书贸易总公司海外发行
（中国北京车公庄西路 35 号）
北京邮政信箱第 399 号　邮政编码 100044
新华书店国内发行
2001 年（16 开）第一版
2002 年第二次印刷
（汉英）
ISBN 7-80052-577-5 / H · 1023(外)
9－CE－3420P
定价：29.80 元